KB274364

GIAO TIẾP TIẾNG VIỆT

hiện đại

현대 베트남어 회화

阮氏淨, 李敬賢 著

1945
문예림

GIAO TIẾP TIẾNG VIỆT HiỆN ĐẠI

현대 베트남어 회화

초판 인쇄 : 2009년 1월 20일
초판 발행 : 2009년 1월 25일

저　자 : NGUYEN THI TINH-LY KINH HIEN
발행인 : 서 덕 일
발행처 : 도서출판 문예림
등　록 : 1962. 7. 12　제2-110호
주　소 : 서울특별시 광진구 군자동 1-13 문예하우스 101호
전　화 : (02)499-1281~2
팩　스 : (02)499-1283
http://www.bookmoon.co.kr
E-mail : book1281@hanmail.net

ISBN 978-89-7482-463-1(13790)

＊잘못된 책이나 파본은 교환해 드립니다.

Lời nói đầu

Có thể nói khi người Hàn Quốc học tiếng Việt thì tiếng Việt như là ngôn ngữ thứ hai, thứ ba vì vậy nếu học mà không nói được, không nghe được thì sẽ không phát triển được các kỹ năng giao tiếp cũng như không thể nâng cao được trình độ tiếng Việt của mình. Mục đích của tác giả khi biên soạn quyển sách này là để giúp người học phát triển những kỹ năng quan trọng đó.

"Giao tiếp tiếng Việt hiện đại" là quyển sách dành cho người Hàn Quốc bắt đầu học tiếng Việt, được biên soạn bằng tiếng Việt và giải thích bằng tiếng Hàn. Nội dung sách ngắn gọn, dễ hiểu và phù hợp với nhiều đối tượng học viên khác nhau, đặc biệt tập trung vào các tình huống giao tiếp hàng ngày. Quyển sách cung cấp cho người học khoảng 1.000 từ thông dụng và những mẫu câu cơ bản của tiếng Việt nhằm giúp người học làm quen và nắm bắt nhanh các kỹ năng giao tiếp bằng tiếng Việt.

Ngoài phần giới thiệu về chữ cái, hệ thống ngữ âm và 4 bài luyện phát âm, nội dung sách còn có phần các từ ngữ thông dụng và 16 bài hội thoại. Các phần bảng chữ cái, luyện tập phát âm và 16 bài hội thoại được thu âm vào đĩa để người học có thể tự học và luyện tập kỹ năng nghe của mình.

16 bài được trình bày theo trình tự như sau.

A. Cách diễn đạt theo chủ đề

Các mẫu câu này được chọn lọc từ những tình huống thường dùng nhất để người học dễ nhớ, dễ vận dụng.

* Từ vựng theo chủ đề

Trong phần này những từ vựng thông dụng nhất được chọn lọc và tạo thành hệ thống từ vựng theo chủ đề bài hội thoại. Người học có thể vận dụng vốn từ vựng đó để phát triển câu theo các mẫu cho sẵn.

B. Hội thoại

Những chủ đề cần thiết nhất đã được chọn lọc nhằm giúp cho người học đạt được khả năng giao tiếp chuẩn xác ngay từ khi bắt đầu học tiếng Việt.

* Từ mới

Đây là những từ mới xuất hiện trong phần hội thoại được chọn lọc nhằm giúp người học phát triển vốn từ vựng giao tiếp của mình một cách có hiệu quả và có hệ thống.

C. Ngữ pháp

Những điểm ngữ pháp chính trong phần hội thoại được chọn lọc và giải thích một cách ngắn gọn, dễ hiểu nhằm giúp người học sớm nắm bắt được những điểm ngữ pháp cơ bản của tiếng Việt.

D. Luyện tập

Giúp người học thực hành luyện tập những từ và mẫu câu đã được giới thiệu trong bài. Tuy số lượng bài tập không nhiều nhưng có liên hệ chặt chẽ với chủ đề bài học, giúp người học có thể vận dụng vào các tình huống giao tiếp hằng ngày.

Trước khi xuất bản, nội dung sách đã được tác giả sử dụng giảng dạy cho người Hàn Quốc cũng như người nước ngoài đến từ nhiều quốc gia trên thế giới hiện đang sinh sống, học tập và làm việc tại Việt Nam và đã nhận được nhiều phản hồi tích cực từ phía người học.

Mặc dù đã cố gắng hết mình trong quá trình biên soạn nhưng chắc chắn nội dung sách vẫn còn những sơ sót nhất định. Tác giả mong nhận được nhiều ý kiến đóng góp chân thành của các học giả và người học.

Nhân đây tác giả xin chân thành cảm ơn ngài giám đốc Seo Deok Il và cô trưởng ban biên tập Seo của Nhà xuất bản Moon Yea Lim đã hỗ trợ trong quá trình xuất bản quyển sách này. Bên cạnh đó cũng xin cảm ơn cô Trần Thị Ngọc Hạnh đã giúp đỡ cho việc thu âm phần đàm thoại trong sách.

Thành phố Hồ Chí Minh, tháng 12 năm 2008

Tác giả

Nguyễn Thị Tịnh, Lý Kính Hiền

머리말

한국인은 베트남어를 배울 때 제2 또는 제3 언어로 배운다고 할 수 있다. 그래서 베트남어를 배우면서 말하기, 듣기 등을 하지 못하면 제대로 된 의사소통 능력을 발휘할 수 없고 자신의 베트남어 수준도 높일 수 없다. 이 회화 책을 편찬한 목적은 학습자에게 그런 중요한 능력의 구현을 도와주기 위함이다.

"현대 베트남어 회화"는 베트남어를 처음 배우는 한국인을 위한 책으로서 베트남어로 편찬되고 한국어로 설명된다. 이 책의 내용은 간결하고 이해가 쉬울 뿐 아니라 다양한 대상자의 학습에 알맞고, 특히 일상생활에서 자주 사용하는 문장을 중심으로 편찬되었다. 빠른 베트남어 습득과 의사소통 기능들의 파악을 위해 이 책은 학습자에게 약 1,000개의 상용 단어와 기본 문형을 제공한다.

알파벳, 음운 체계 그리고 4과의 발음 연습 외에, 상용 어휘와 16과의 회화가 포함된다. 학습자 스스로의 학습과 듣기 연습이 가능하도록 알파벳, 발음 그리고 16과의 회화가 녹음된 CD가 제공된다.

16과의 회화는 다음과 같은 순서로 구성된다.

A. 토픽 표현

제시된 문형들은 학습자가 기억하고 적용하기 쉽기 위해 가장 자주 사용하는 상황에서만 선택된 것이다.

* 테마 단어

이 부분은 학습자가 단어를 이용하여 상황에 적용할 수 있도록 제일 많이 사용되는 단어들이 선택되고 회화 주제별로 어휘체계가 구성되어 있다. 학습자가 이런 단어를 이용해 주어진 문형으로 문장을 확장시킬 수 있다.

B. 회화

학습자가 베트남어를 처음 배울 때부터 정확한 의사소통 능력을 얻을 수 있도록 가장 필수적인 주제들이 선정되었다.

* 새 단어

학습자가 의사소통에 필요한 어휘를 효과적 · 체계적으로 확장할 수 있기 위해 회화 부분에서 나타난 새 단어들이 가려 뽑혔다.

C. 문법

학습자가 베트남어의 기본적인 문법 요소를 빨리 파악할 수 있도록 회화 부분에서 나타난 주요 문법 요소들이 선택되고 간단하고 쉽게 설명되었다.

D. 연습

학습자가 해당 부분에 제시된 어휘와 문형을 연습할 수 있기 위한 부분이다. 연습 양이 많지 않지만 회화 주제와 밀접한 관계가 있어 학습자가 일상생활에 적용할 수 있다.

이 교재의 내용은 출판되기 전부터 베트남에서 생활하면서 공부하거나 근무하고 있는 한국인이나 세계 각국에서 온 외국인에게 가르치게 되었고, 학습자들에게서 많은 호평을 받았다.

편찬과정에서 최선을 다했지만 책의 내용은 약간의 부족함이 있다고 생각한다. 각 학자나 학습자 여러분의 많은 의견이 있기를 기대한다.

이 책이 나오기 전까지 다음과 같은 사람의 도움이 있었다. 먼저 이 자리를 빌려 문예림의 서덕일 사장님 그리고 편집부 서팀장님에게 감사의 말씀을 드린다. 그리고 이 책의 회화 부분 녹음에 도와 주신 미스 Tran Thi Ngoc Hanh에게도 고마운 마음을 전하고 싶다.

2008년 12월 베트남 호찌민시에서
저자
阮 氏 淨, 李 敬 賢

차례 Mục Lục

• 머리말(Lời nói đầu) / 3, 6

• 제1부 알파벳, 음성 체계, 성조(Phần 1. Chữ cái, hệ thống ngữ âm và thanh điệu) / 11
  Ⅰ. 베트남어의 알파벳(Bảng chữ cái tiếng Việt) / 12
  Ⅱ. 베트남어의 음성 체계(Hệ thống ngữ âm tiếng Việt) / 14
    1. 초성 체계(Hệ thống phụ âm đầu) / 14
    2. 종성 체계(Hệ thống âm cuối) / 14
    3. 글라이드와 이중모음(âm đệm và nguyên âm đôi) / 15
  Ⅲ. 베트남어의 성조 체계(Hệ thống thanh điệu trong tiếng Việt) / 16
    연습 : 단어에 성조를 채우기(Luyện tập: điền thanh điệu cho từ) / 17

• 제2부 발음(Phần 2. Phát âm) / 21
  제1과 모음(Bài 1. Nguyên âm) / 22
  제2과 이중모음(Bài 2. Nguyên âm đôi) / 27
  제3과 자음(Bài 3. Phụ âm) / 35
  제4과 복자음(Bài 4. Phụ âm kép) / 43

• 제3부 본문(Phần 3. Bài học) / 47
  제1과 인사(Bài 1. Chào hỏi làm quen) / 48
  제2과 국적, 고향(Bài 2. Quốc tịch, quê quán) / 61
  제3과 직업, 직장(Bài 3. Nghề nghiệp, nơi làm việc) / 71
  제4과 외국어 능력(Bài 4. Khả năng ngoại ngữ) / 82
  제5과 시간(Bài 5. Thời gian) / 92
  제6과 택시 부르기(Bài 6. Gọi tắc xi) / 103
  제7과 식당에서(Bài 7. Ở nhà hàng) / 113

제8과 은행에서(Bài 8. Ở ngân hàng) / 123

제9과 쇼핑하기(Bài 9. Mua sắm) / 132

제10과 시장에서(Bài 10. Ở chợ) / 142

제11과 이발소와 미용실에서(Bài 11. Ở tiệm cắt tóc và gội đầu) / 152

제12과 병원에서(Bài 12. Ở bệnh viện) / 164

제13과 공항에서(Bài 13. Ở sân bay) / 175

제14과 호텔에서(Bài 14. Ở khách sạn) / 186

제15과 회사에서(Bài 15. Ở công ty) / 197

제16과 집 찾고 임대하기(Bài 16. Tìm và thuê nhà) / 210

제4부 자주 사용하는 말(Phần 4. Các từ ngữ thông dụng) / 223

– 기수(Số đếm) / 224

– 서수(Số thứ tự) / 224

– 요일(Ngày trong tuần) / 225

– 월(Tháng) / 225

– 계절(Mùa) / 225

– 시간을 가리키는 말(Từ ngữ chỉ thời gian) / 226

– 가족 관계를 가리키는 말(Từ ngữ chỉ quan hệ gia đình) / 227

– 신체를 가리키는 말(Từ ngữ chỉ các bộ phận của cơ thể) / 228

– 직업을 가리키는 말(Từ ngữ chỉ nghề nghiệp) / 229

– 직장, 장소를 가리키는 말(Từ ngữ chỉ nơi làm việc, nơi chốn) / 230

– 색깔을 가리키는 말(Từ ngữ chỉ màu sắc) / 231

– 방위를 가라키는 말(Từ ngữ chỉ phương vị) / 232

– 동물을 가리키는 말(Từ ngữ chỉ động vật) / 233

– 욕실용품을 가리키는 말(Từ ngữ chỉ đồ dùng trong phòng tắm) / 234

– 가정용품을 가리키는 말(Từ ngữ chỉ đồ dùng trong gia đình) / 235

– 부엌용품을 가리키는 말(Từ ngữ chỉ đồ dùng trong bếp) / 236

– 사무실용품을 가리키는 말(Từ ngữ chỉ đồ dùng văn phòng) / 237

– 의복을 가리키는 말(Từ ngữ chỉ trang phục) / 237

– 음식을 가리키는 말(Từ ngữ chỉ món ăn) / 238

– 과일을 가리키는 말(Từ ngữ chỉ trái cây) / 238

– 맛을 가리키는 말(Từ ngữ chỉ các vị) / 239

– 의학을 가리키는 말(Từ ngữ y học) / 239

– 분류사(Danh từ chỉ loại) / 241

– 자주 사용하는 전치사(Các giới từ thông dụng) / 242

– 자주 사용하는 동사(Các động từ thông dụng) / 242

– 자주 사용하는 형용사(Các tính từ thông dụng) / 244

– 자주 사용하는 말(Các câu nói thông dụng) / 246

– 축하하는 말(Câu chúc) / 246

부록(PHỤ LỤC) / 247

1. 베트남어의 품사표(BẢNG TỪ LOẠI TRONG TIẾNG VIỆT) / 248

2. 베트남 사람의 성씨(HỌ CỦA NGƯỜI VIỆT NAM) / 249

3. 베트남의 성/시(CÁC TỈNH THÀNH Ở VIỆT NAM) / 250

4. 베트남의 각 민족(CÁC DÂN TỘC Ở VIỆT NAM) / 252

해답 / 255

제 1 부

Phần 1. Chữ cái, hệ thống ngữ âm và thanh điệu

Ⅰ. 베트남어의 알파벳(Bảng chữ cái tiếng Việt)

Ⅱ. 베트남어의 음성 체계(Hệ thống ngữ âm tiếng Việt)

   1. 초성 체계(Hệ thống phụ âm đầu)

   2. 종성 체계(Hệ thống âm cuối)

   3. 글라이드와 이중모음(âm đệm và nguyên âm đôi)

Ⅲ. 베트남어의 성조 체계(Hệ thống thanh điệu trong tiếng Việt)

   연습 : 단어에 성조를 채우기(Luyện tập: điền thanh điệu cho từ)

I. 베트남어의 알파벳
Bảng chữ cái tiếng Việt

베트남어의 알파벳은 다음과 같이 29개 문자가 있다.(Bảng chữ cái tiếng Việt có 29 chữ cái như sau)

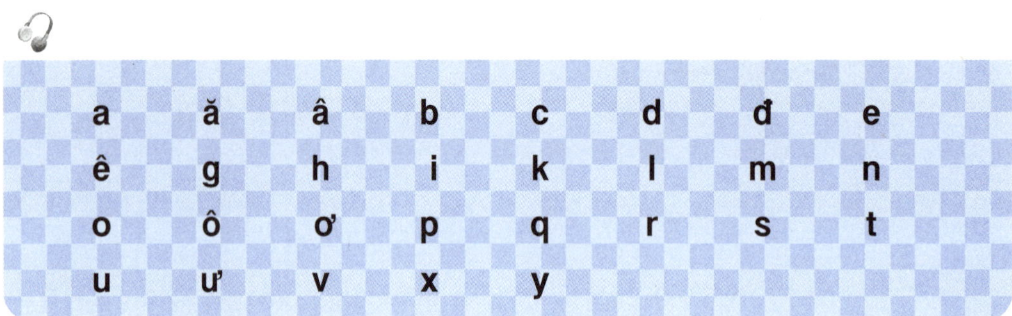

베트남어의 음성학적 문자표
(Bảng mẫu tự phiên âm tiếng Việt)

순번 Thứ tự	소문자 Chữ thường	대문자 Chữ in hoa	문자 명칭/읽는 방법 Tên chữ/cách đọc
1	a	A	a
2	ă	Ă	á
3	â	Â	ớ
4	b	B	bê / bờ
5	c	C	xê / cờ
6	d	D	dê / dờ
7	đ	Đ	đê / đờ
8	e	E	e
9	ê	Ê	ê
10	g	G	gê / gờ

순번 Thứ tự	소문자 Chữ thường	대문자 Chữ in hoa	문자 명칭/읽는 방법 Tên chữ/cách đọc
11	h	H	hát / hờ
12	i	I	i / i ngắn
13	k	K	ca
14	l	L	en-lờ / lờ
15	m	M	em-mờ / mờ
16	n	N	en-nờ / nờ
17	o	O	o
18	ô	Ô	ô
19	ơ	Ơ	ơ
20	p	P	pê / pờ
21	q	Q	qui
22	r	R	e rờ
23	s	S	ét-xì / sờ
24	t	T	tê / tờ
25	u	U	u
26	ư	Ư	ư
27	v	V	vê / vờ
28	x	X	ích-xì / xờ
29	y	Y	i-ka-rét / i dài
30	ch	CH	xê hát / chờ
31	gh	GH	ghê hát / gờ
32	gi	GI	gê-i / gi
33	kh	KH	ca-hát / khờ
34	ng	NG	en nờ-gê / ngờ
35	ngh	NGH	en-gê-hát / ngờ
36	nh	NH	en nờ-hát / nhờ
37	ph	PH	pê-hát / phờ
38	th	TH	tê-hát / thờ
39	tr	TR	tê-e-rờ / trờ

1 초성 체계
(Hệ thống phụ âm đầu)

1. 순음(âm môi, labial) : b, ph, v, m
2. 치음(âm răng, dental) : t, th
3. 치조음(âm lợi, alveolar) : đ, d, gi, x, l, n
4. 치조－경구개음(âm lợi ngạc, alveopalatal) : s, r, tr
5. 경구개음(âm ngạc, palatal) : ch, nh
6. 연구개음(âm mạc, velar) : c, k, q, kh, g, gh, ng, ngh
7. 후음(âm thanh hầu, glottal) : h

2 종성 체계
(Hệ thống âm cuối)

1. 비음(phụ âm mũi, nasal consonants) : m, n, nh, ng
2. 폐쇄음(phụ âm tắc, plosive consonants) : p, t, ch, c
3. 반모음(bán nguyên âm, semi－vowels) : u, o, i, y

 3 글라이드와 이중모음 (Âm đệm và nguyên âm đôi)

3.1. 글라이드(Âm đệm)

베트남어의 글라이드(-w-)는 뒤에 오는 모음이 여는 정도에 따라 -u-나 -o-로 표기된다.(Âm đệm trong tiếng Việt được thể hiện bằng u hoặc o tùy theo độ mở của nguyên âm theo sau) 예를 들어서 "**lo**a"(확성기), t**u**y nhiên(그러나)⋯

그러나 q- 뒤에 오는 경우 항상 'u'로 표기해야 한다.(Tuy nhiên luôn luôn ghi là 'u' trong trường hợp ở sau 'q-') 예를 들어서 q**u**á(너무), q**u**ê hương(고향)⋯

3.2. 이중모음(Nguyên âm đôi)

ia, ưa, ua :

항상 음절말 위치에 오고 이 세 이중모음 뒤에는 종성이 절대로 오지 않는다.(Chúng luôn luôn ở vị trí cuối âm tiết và không bao giờ dùng phụ âm cuối sau ba nguyên âm đôi này) 예를 들어서 b**ia**(맥주), d**ừa**(코코넛), m**ùa**(계절)⋯

iê, ươ, uô :

항상 종성앞에 온다. 즉 종성 위치에 절대로 오지 않는다.(Chúng luôn luôn xuất hiện trước một âm cuối. Tức chúng không bao giờ xuất hiện ở vị trí kết thúc âm tiết) 예를 들어서 t**iề**n(돈), s**ươ**ng(안개), c**uố**n(권)⋯

특히 이중모음 /ie/는 다음과 같은 2가지 형식으로 표기된다.(Đặc biệt nguyên âm đôi /ie/ được thể hiện dưới hai hình thức như sau)

1. 그 앞에 글라드(glide) -u-가 있고 그 뒤에 종성이 없을 때 'ya'로 표기된다.(Ghi là 'ya' khi có âm đệm '-u-' ở phía trước và không có âm cuối ở phía sau) 예를 들어서 khu**ya**(밤늦게)⋯

2. 그 앞에 글라드(glide) -u-가 있고 그 뒤에 종성이 있을 때 'yê'로 표기된다.(Ghi là 'yê' khi có âm đệm '-u-' ở phía trước và có âm cuối ở phía sau) 예를 들어서 khu**yê**n(충고하다)⋯

베트남어 성조는 6개가 있다.(Tiếng Việt có sáu thanh điệu(dấu)) 그 6개 성조 사이의 관계는 다음과 같은 표에 표시된다.(Quan hệ giữa sáu thanh được minh hoạ trong bảng sau)

Đường nét và âm vực Contour and register	Bằng Plain	Trắc Uneven	
고(Cao, high)	**Ngang**	**Ngã**	**Sắc**
저(Thấp, low)	**huyền**	**Hỏi**	**Nặng**

주의 CHÚ Ý 베트남어의 성조는 모음 위에 표시된다. 모음 하나만 있는 단어인 경우 그 모음 위에 표시한다. 모음 2개가 있는 경우 주모음 위에 표시하고 모음 3개가 있는 경우 가운데 모음 위에 표시한다. 주의해야 하는 것은 한 단어에 한 성조만 표시한다.(Thanh điệu trong tiếng Việt biểu thị ở trên nguyên âm. Trong trường hợp từ chỉ có một nguyên âm thì ghi dấu ở trên nguyên âm đó, trường hợp từ có hai nguyên âm thì phải ghi dấu ở trên nguyên âm chính, trường hợp từ có 3 nguyên âm thì ghi dấu ở trên nguyên âm giữa. Chú ý rằng một từ chỉ ghi một dấu)

순번 Thứ tự	성조 이름 Tên thanh điệu	표시법 Cách thể hiện	억양 Ngữ điệu
1	**Ngang**	o	처음부터 끝까지 소리가 높고 평평하게 발음한다
2	**Huyền**	ò	소리를 약간 내려 발음한다
3	**Sắc**	ó	소리를 올려 발음한다
4	**Hỏi**	ỏ	소리를 중간에서 내리다가 올려 발음한다
5	**Ngã**	õ	소리를 중간에서 약간 올리다가 좀 내린 후에 많이 올려 발음한다
6	**Nặng**	ọ	소리를 급격히 낮춰 발음한다

연습 LUYỆN TẬP

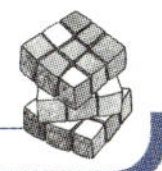

단어에 성조를 채우기(**Điền thanh điệu cho từ**)

문제 **1** 다음과 같은 단어에 "**sắc**" 성조를 채우십시오.

(Hãy điền dấu sắc vào các từ sau)

> **보기**
> **Mẫu**
>
> **ca → cá**

• chin →		• sach →	
• khach →		• thich →	
• muôn →		• sông →	
• lăm →		• ban →	
• viêt →		• biêt →	
• noi →		• ghet →	
• thang →		• thăng →	
• trăng →		• chu →	
• tam →		• dưa →	
• nhơ →		• chan →	
• canh →		• cho →	
• tuyêt →		• ma →	

문제 **2** 다음과 같은 단어에 "huyền"성조를 채우십시오.

(Hãy điền dấu huyền vào các từ sau)

보기 Mẫu	tiên → tiền

• ba	→	• ban	→
• băng	→	• năm	→
• răng	→	• tuân	→
• ngay	→	• buôn	→
• thây	→	• vê	→
• phong	→	• lam	→
• đương	→	• day	→
• giay	→	• giương	→
• thương	→	• cươi	→
• con	→	• hô	→
• quân	→	• chơ	→
• tiên	→	• phương	→

문제 **3** 다음과 같은 단어에 "hỏi"성조를 채우십시오.

(Hãy điền dấu hỏi vào các từ sau)

보기 Mẫu	nho → nhỏ

• toi	→	• chu	→
• hoi	→	• phai	→
• re	→	• nưa	→
• nhu	→	• khoe	→
• canh	→	• bươi	→

• phơ →	• sưa →
• nhay →	• cưa →
• cua →	• rưa →
• hô →	• cô →
• tre →	• hiêu →
• cu →	

문제  다음과 같은 단어에 "ngã"성조를 채우십시오.

(Hãy điền dấu ngã vào các từ sau)

보기 Mẫu	nhân → nhẫn

• trê →	• re →
• dê →	• sưa →
• nghi →	• cung →
• My →	• mu →
• cu →	• cam →
• lân →	• bông →
• nghia →	• se →
• dia →	• đia →
• xa →	• nga →

문제 **5** 다음과 같은 단어에 "nặng"성조를 채우십시오.

(Hãy điền dấu nặng vào các từ sau)

보기 Mẫu	me → mẹ

- le   →
- la   →
- mêt →
- ban →
- dược →
- hoc →
- găp →
- ghe →
- loai →
- măc →
- môt →

- da   →
- chơ →
- manh →
- được →
- năng →
- hop →
- chi →
- rươu →
- hoăc →
- chay →

제2부

Phần 2. Phát âm

제1과 모음(Bài 1. Nguyên âm)

제2과 이중모음(Bài 2. Nguyên âm đôi)

제3과 자음(Bài 3. Phụ âm)

제4과 복자음(Bài 4. Phụ âm kép)

1.1. 다음과 같은 모음을 듣고 따라하십시오.
(Nghe và lặp lại các nguyên âm sau)

1	a	7	o
2	ă	8	ô
3	â	9	ơ
4	e	10	u
5	ê	11	ư
6	i		

1.2. 다음과 같은 음절을 듣고 따라하십시오.
(Nghe và lặp lại các âm tiết sau)

1. a			
	ac	ai	am
	an	ap	at
	ach	ang	anh

2. ă			
	ăc	ăn	ăm
	ăp	ăt	ăng

3. â			
	âc	âm	ân
	âp	ât	ây

4. e

ec	em	en
ep	et	

5. ê

êm	ên	êp
êt	êch	ênh

6. i

im	in	it
ich	inh	

7. o

oc	oi	om
on	op	ot
ong		

8. ô

ôc	ôi	ôm
ôn	ôp	ôt
ông		

9. ơ

ơc	ơi	ơm
ơn	ơp	ơt

10. u

uc	ui	um
un	up	ut
uy	ung	

11. ư	ưa	ưc	ưi
	ưu	ưt	ưng

2 연습
(THỰC HÀNH)

2.1. 다음 단어를 발음 연습하십시오.(Hãy tập phát âm các từ sau)

2.1. a	ác	ai	làm
	lan	Pháp	mát
	khách hàng	anh	nhà hàng

2.2. ă	mắc	ăn	tắm
	đắt	sắp	bằng
	mắt	mặt	tắt
	chắc chắn		

2.3. â	gấc	ấm	nhân
	thấp	thật	thấy
	nấc	nấm	cần
	mập	mật	thầy

2.4. e

séc	em	đen
đẹp	hét	mét
kem	đèn	hẹp
sét		

2.5. ê

êm	đến	nếp
chết	ếch	khênh
đền	thêm	mềm
hết		

2.6. i

im	in	ít
ích	hình	phim
mít	thịt	thích
vì		

2.7. o

óc	tỏi	hòm
con	họp	hót
hỏi	ong	mong
lòng	vòng	

2.8. ô

ốc	ổi	ôm
hôn	hộp	bột
ông	phổi	hôm
khôn	không	một

2.9. ơ	mời	cơm	hơn
	hợp	ớt	mới
	thơm	sơn	chớp
	thớt		

2.10. u	Úc	vui	hùm
	hùn	xúp	hút
	tuy	dùng	cùng
	vùng		

2.11. ư	ưa	tức	gửi
	cứu	mứt	nhưng
	thức	ngửi	hứa
	thức dậy		

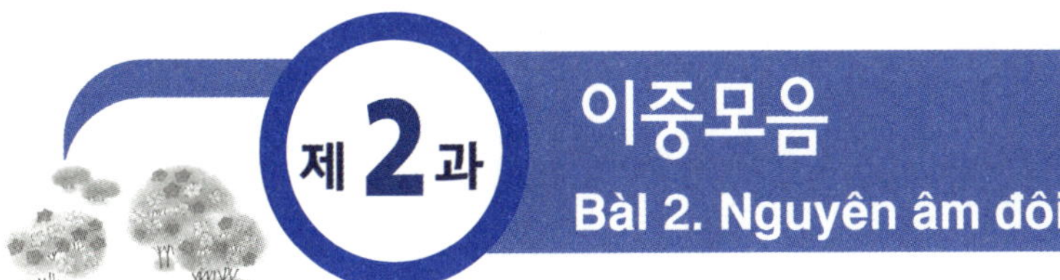

1.1. 다음과 같은 이중모음을 듣고 따라하십시오.
(Nghe và lặp lại các nguyên âm đôi sau)

1	ai	ay	ao	
2	ây	âu		
3	eo			
4	êu			
5	ia	iê	iu	
6	oa	oă	oe	oi
7	ua	uâ	ui	uô
8	ưa	ưi	ươ	ưu

1.2. 다음과 같음 음절을 듣고 따라하십시오.
(Nghe và lặp lại các âm tiết sau)

1. ai	hai	tai	chai
	mai	thai	vai
	lãi	trai	sai
	Thái Lan		

2. ay	hay	tay	chạy
	may	thay	vay
	máy	này	cay
	thay đổi		

3. ao	hao	táo	cháo
	Lào	vào	chào
	chảo	nào	báo
	cao	sao	xào
	bão	lão	pháo

4. ây	ấy	thấy	mấy
	thầy	mây	đấy
	đây	đầy	đậy
	đẩy	cây	phẩy
	lấy	dây	dậy

5. âu	cầu	cậu	câu
	dâu	dấu	

6. eo	heo	theo	mèo
	leo	trèo	

| **7. êu** | thêu | chêu | lều |
| | kêu | | |

8. ia	bia	chia	thìa
	phiá	mía	bịa
	chìa	gia	già
	giá		

9. iê	tiên	tiền	tiện
	tiễn	hiền	chiên
	liều	tiếp tục	tiện lợi
	thân thiện		

| **10. iu** | thiu | chịu | |

| **11. oa** | hoa | khoa | khoá |
| | hỏa | | |

| **12. oă** | hoặc | ngoặc | |

| **13. oe** | khoe | khoẻ | |

| **14. oi** | voi | hỏi | tỏi |
| | đói | cõi | |

15. ua	cua	của	thua
	vua	chùa	chua
	chúa	quà	lụa
	mua	mùa	múa
	quá		

| **16. uâ** | quần | luật | nghệ thuật |

| **17. ui** | túi | chùi | vui |
| | cúi | | |

18. uô	muốn	muộn	buồn
	cuốn	chuối	muối
	muỗi	ruồi	

19. ưa	mưa	vừa	chưa
	trưa	lựa	cửa
	thưa	thừa	chửa
	lửa		

20. ưi	gửi	ngửi	chửi

21. ươ	mượn	mướn	cưỡi
	cưới	lười	người
	mươi	mười	tươi
	tưới	bưởi	vườn
	trường	lương	chương
	hương	phương	cường
	hưởng	thưởng	thường
	lươn	cườm	mướt
	mượt		

22. ưu	cứu	cừu	hươu

2 연습 (THỰC HÀNH)

2.1. 다음 단어를 발음 연습하십시오.(Hãy tập phát âm các từ sau)

2.1. ai	ngày mai	mãi mãi	trái cây
	hài lòng	cái này	lại đây
	bên phải	rẽ phải	

2.2. ay

hay quá	may mắn	chạy nhanh
thay đổi	hàng ngày	dạo này
máy bay	thang máy	máy giặt
máy lạnh	mấy ngày	xe máy

2.3. ao

nhà báo	bao nhiêu	xin chào
mời vào	xanh xao	thế nào
cái nào	tại sao	thể thao
bao lâu	bao giờ	khi nào

2.4. ây

cảm thấy	mấy người	Tây Âu

2.5. âu

Châu Âu	lo âu	người mẫu
bảo mẫu		

2.6. eo

thịt heo	theo đuổi	lạnh lẽo
keo kiệt		

2.7. êu

trêu đùa	túp lều	bêu rếu
kêu cứu		

2.8. ia	bia hơi	bia rượu	phân chia
	cái thìa	bên kia	phía kia
	chia lìa	lia lịa	

2.9. iê	tuy nhiên	tất nhiên	bao nhiêu
	nhiều quá	thần tiên	tiền bạc
	tiêu tiền	hiểu biết	vĩnh viễn
	liên tục	tiếp tục	kỷ niệm

2.10. iu	buồn hiu	thiu thiu	vướng víu
	hiu hắt		

2.11. oa	khoa học	chìa khoá	khoá cửa
	thoả mãn		

2.12. oă	thoăn thoắt	hoặc là

2.13. oe	khoẻ mạnh	khoe khoang

2.14. oi	câu hỏi	nói gì	hỏi gì
	coi chừng		

2.15. ua	mua bán	mua sắm	mùa mưa
	múa rối	thua lỗ	thua kém
	tơ lụa	bốn mùa	
2.16. uâ	huấn luyện	quần tây	quần bò
	quần áo		
2.17. ui	vui vẻ	gần gũi	
2.18. uô	mong muốn	luôn luôn	buôn bán
2.19. ưa	mưa to	thưa thớt	chưa xong
2.20. ửi	gửi thư	chửi bới	
2.21. ươ	thuê mướn	đông người	nhiều người
	đám cưới	ngày cưới	lười biếng
2.22. ưu	nghỉ hưu	con hươu	uống rượu

제**3**과 자음
Bài 3. Phụ âm

I 듣기
(NGHE)

1.1. 다음과 같은 자음을 듣고 따라하십시오.
(Nghe và lặp lại các phụ âm sau)

1	b	10	n
2	c	11	p
3	d	12	q
4	đ	13	r
5	g	14	s
6	h	15	t
7	k	16	v
8	l	17	x
9	m		

1.2. 다음과 같음 음절을 듣고 따라하십시오.
(Nghe và lặp lại các âm tiết sau)

1. b	ba	bà	bán
	bàn	bạn	bắn
	bằng	bẩn	bận
	bé	biết	biệt
	bóng	bố	bỗng
	bơ	bụng	bia

2. c

cá	cả	càng
cảng	cân	cần
cắn	cặn	có
cỏ	cong	cô
cố	cổ	công
cổng	cờ	cỗ
củ	cũ	cụ
cũng	cụng	cứng

3. d

da	dán	dám
dinh	do	dơ
dở	dù	dùng
dưng	dừng	dựng

4. đ

đá	đã	đáp
đây	đấy	đầy
đẩy	đậy	đắng
đằng	đi	đình
đỉnh	định	đen
đèn	đẹp	đến
đền	đó	đỏ
đố	độ	đủ
đúng	đứng	đừng

5. g

ga	gà	gắn
gân	gần	gõ
gỗ		

6. h

hạng	hàng	hắn
hân	hận	ho
họ	họng	hô
hồ	hố	hổ
hỗ	hộ	hông
hồng	hùng	hư

7. k

kí	kinh	kính
ký	kỳ	ky
kỹ	kế	kề
kể	kệ	

8. l

la	lá	là
lạ	làm	làng
lặn	lâu	lầu
lẩu	lần	lầm
lì	lo	lọc
lon	lòng	lỏng
lô	lỗ	lộng
lớn	lợn	lùn
lửa	lựa	lược
lưng	lươn	lương

9. m		
ma	má	mà
mắm	mập	mến
mền	món	mong
mông	mù	mừng

10. n		
na	nâng	nịt
nịnh	nung	nứt

11. p		
Pắc Pó	Sa Pa	Pleiku

12. q		
qua	quá	quà
quãng	quát	quạt
quần	quận	quen
quên		

13. r		
ra	rán	rắn
rể	ru	run
rung	rủ	

14. s		
sao	sáo	sen
sôi	sông	sống
súng		

15. t

tai	tái	tải
tại	tát	tay
tăng	tất	tằng
tem	tên	tin
tín	tim	tím
tìm	tiếng	to
toàn	toán	tô
tơ	tủ	tuyệt
tuyết	từng	tương
tường	tướng	tỷ

16. v

và	vào	vần
vâng	vì	vị
vĩnh	vịnh	vé
vẽ	về	vú

17. x

xa	xăng	xé
xỉn	xui	

2 **연습**
(THỰC HÀNH)

2.1. 다음 단어를 발음 연습하십시오.(Hãy tập phát âm các từ sau)

2.1. b

ba	bà	bà con
bố mẹ	buôn bán	ba mẹ
bạn bè		

2.2. c

| con cá | các cô | các anh |
| cao cấp | cảnh sát | cũng vậy |

2.3. d

| da trắng | dạy học | du lịch |
| duyên dáng | dự định | |

2.4. đ

| đến đây | đi đây | đèn đỏ |
| đứng lên | đổi mới | đu đủ |

2.5. g

| ga xe lửa | gà trống | gần đây |
| gắn liền | | |

2.6. h

hạn hán	hoa hồng	hội hoạ
hình ảnh	hoa hậu	hoá học
hình như	hoà bình	hồng nhan
học phí		

2.7. k

kỹ thuật	kỷ niệm	ký tên
thư ký	kế toán	kính trọng

2.8. l

lãng phí	lanh lẹ	lành lặn
linh đình	linh hoạt	lịch sự
lịch sử	liên lạc	liên hệ
lo lắng	lôi cuốn	lũ lụt

2.9. m

mạnh dạn	mạnh khoẻ	may mắn
mênh mông	mong manh	mong ước
mong đợi	mơ mộng	

2.10. n

no ấm	no đủ	nóng bức
nóng tính	nóng ruột	nặng nề
nặng nhọc	nịnh hót	nũng nịu

2.11. p

Pắc Pó	Sa Pa	Pleiku

2.12. q	quá trình	quá khứ	quan hệ
	quân đội	quen biết	quên lãng
	quyết định	quy định	quy luật

| 2.13. r | rõ ràng | rõ rệt |

| 2.14. s | sạch sẽ | sa mạc | say xỉn |
| | sang trọng | so sánh | sung sướng |

2.15. t	tại sao	tốt bụng	tình cảm
	tính tình	tình yêu	tinh thần
	to lớn	tươi mát	

2.16. v	va chạm	văn hoá	văn học
	văn phòng	vì sao	về nhà
	vé số	vé một chiều	vé khứ hồi
	vinh dự	vinh quang	vĩnh viễn
	vĩnh biệt	vội vàng	vui vẻ

2.17. x	xa quá	xã hội	xinh đẹp
	xa nhau	xem phim	xin phép
	xuất cảnh	xuất cảng	xuất khẩu
	xuất xứ	xung quanh	xung đột

1.1. 다음과 같은 복자음을 듣고 따라하십시오.
(Nghe và lặp lại các phụ âm kép sau)

1	ch	6	nh
2	gh	7	ph
3	kh	8	th
4	ng	9	tr
5	ngh		

1.2. 다음과 같음 음절을 듣고 따라하십시오.
(Nghe và lặp lại các âm tiết sau)

1. ch	cho	chỉ	chị
	chó	chè	chờ
	chở	chú	chủ
	chứ		

2. gh	ghế	ghẹ	ghi

3. kh	khá	khi	khỉ
	khó	không	

4. nh	nhanh	nhắn	nho
	nhỏ		

5. ng	Nga	ngàn	ngắn
	ngọt	ngốc	ngược
	ngu	ngủ	ngửi
	người		

6. ngh	nghe	nghề	nghỉ
	nghĩ		

7. ph	Pháp	phạt	phí
	phép		

8. th	tha	than	thanh
	thẳng	thầy	thấy
	thì	thuế	thuê
	thùng	thứ	thử

9. tr	trán	tránh	tranh
	trách	trẻ	tre
	trễ	tro	trứng

2 연습
(THỰC HÀNH)

2.1. 다음 단어를 발음 연습하십시오.(Hãy tập phát âm các từ sau)

2.1. ch

cho tôi	chờ đợi	chia sẻ
chúng ta	chúng tôi	chị em
cha mẹ	chính phủ	chính sách
chính trị	chiến tranh	chuyển đổi

2.2. gh

ghi chép	ghé thăm	ghé vào

2.3. kh

khoa học	không khí	khí hậu
không gian	không thích	không vui
khó khăn	khó nhọc	khói bụi

2.4. nh

nhanh lên	nhanh nhanh	nhanh nhẹn
nhân văn	nhăn nhó	nhập khẩu

2.5. ng

ngọt ngào	ngã ba	ngã tư

2.6. ngh

nghe nói	nghề nghiệp	nghỉ ngơi

2.7. ph

phá sản	phải rồi	phát triển
pha chế	pha trộn	phòng học
phòng khách	phòng ngủ	phòng ăn
phòng đơn	phòng đôi	phòng họp

2.8. th

tha thứ	thay đổi	thể thao
thế nào	thu hoạch	thua lỗ

2.9. tr

trình bày	trưng bày	triển lãm
trộn lẫn		

본문

제3부

Phần 3. Bài học

제1과 인사(Bài 1. Chào hỏi làm quen)

제2과 국적, 고향(Bài 2. Quốc tịch, quê quán)

제3과 직업, 직장(Bài 3. Nghề nghiệp, nơi làm việc)

제4과 외국어 능력(Bài 4. Khả năng ngoại ngữ)

제5과 시간(Bài 5. Thời gian)

제6과 택시 부르기(Bài 6. Gọi tắc xi)

제7과 식당에서(Bài 7. Ở nhà hàng)

제8과 은행에서(Bài 8. Ở ngân hàng)

제9과 쇼핑하기(Bài 9. Mua sắm)

제10과 시장에서(Bài 10. Ở chợ)

제11과 이발소와 미용실에서(Bài 11. Ở tiệm cắt tóc và gội đầu)

제12과 병원에서(Bài 12. Ở bệnh viện)

제13과 공항에서(Bài 13. Ở sân bay)

제14과 호텔에서(Bài 14. Ở khách sạn)

제15과 회사에서(Bài 15. Ở công ty)

제16과 집 찾고 임대하기(Bài 16. Tìm và thuê nhà)

인사

Bài 1. Chào hỏi làm quen

A 토픽 표현
CÁCH DIỄN ĐẠT THEO CHỦ ĐỀ

1. 처음 만날 때, 베트남 사람은 보통 다음과 같이 문답을 한다.
(Khi gặp nhau lần đầu, người Việt thường hỏi đáp như sau)

질문 (Hỏi)	대답 (Trả lời)
(1) Nữ : Chào anh. Xin lỗi anh tên là gì? 여 : 안녕하세요? 실례지만 이름이 무엇입니까?	(1) Nam : Chào cô. Tôi tên là Min Ho. 남 : 안녕하세요? 제 이름은 민호입니다. Còn cô? 당신은요?
(2) Nữ : Tôi tên là Gia Hân. Rất vui được gặp anh. 여 : 제 이름은 야헌입니다. 만나서 반갑습니다.	(2) Nam : Rất vui được gặp cô. 남 : 만나서 반갑습니다.
(3) Nữ : Tạm biệt anh. Hẹn gặp lại. 여 : 안녕히 가십시오. 또 만납시다.	(3) Nam : Tạm biệt cô. Hẹn gặp lại. 남 : 안녕히 계십시오. 또 만납시다.

2. 두번째부터 만날 때 보통 다음과 같이 문답을 한다.
(Khi gặp nhau lần thứ hai trở đi, thường hỏi đáp như sau)

질문 (Hỏi)	대답 (Trả lời)
(1) Nữ : Chào anh. Anh có khoẻ không? 여 : 안녕하세요? 잘 지내셨어요?	(1) Nam : Cám ơn cô, tôi khoẻ. Còn cô? 남 : 고마워요. 잘 지냈어요. 당신은요?
(2) Nữ : Cám ơn anh. Tôi cũng khoẻ. 여 : 고마워요. 저도 잘 지냈어요.	(2) Nam : Tạm biệt. Hẹn gặp lại. 남 : 안녕히 가세요. 또 만나요.
(3) Nữ : Tạm biệt. Hẹn gặp lại. 여 : 안녕히 계세요. 또 만나요.	

◑ 베트남말로 인사할 때 필요한 문장들

(Những câu cần thiết khi chào hỏi và làm quen bằng tiếng Việt)

- Xin chào.

  안녕하십니까?/안녕하세요?

- Xin lỗi, tên anh là gì?

  실례지만 이름이 무엇입니까?

- Tên tôi là Kiên.

  제 이름은 끼엔이에요.

- Chị tên là gì?

  이름이 무엇입니까?

- Tôi tên Hạnh.

  제 이름은 하잉이에요.

- Em tên gì?

  이름이 뭐예요?

- Em tên Lam Phương.

  제 이름은 람 프엉이에요.

- Chào chị. Rất vui được gặp chị(anh/ông/bà/cô…).

  안녕하세요? 만나서 반갑습니다.

- Chào anh. Anh có khoẻ không?

  안녕하세요? 잘 지내셨어요?

- Cám ơn em. Tôi khoẻ. Còn anh?

  고맙습니다. 저는 잘 지냈어요. 당신은요?

- Tạm biệt. Hẹn gặp lại.

  안녕히 가십시요. 또 만납시다.

- Đây là ai?

  이분이 누구입니까?

- Còn đó là ai?

  그리고 그분은 누구입니까?

- Xin lỗi.

죄송합니다.

– Không sao.

괜찮습니다.

– Cám ơn.

감사합니다.

– Không có chi.

천만에요.

B 회화
HỘI THOẠI

1. 안나는 파티에서 밍, 남, 화를 처음 만났다.
(Anna gặp Minh, Nam và Hoa lần đầu tại một buổi tiệc)

Minh : Chào cô. Xin lỗi, cô tên là gì?
자오 꼬. 씬 로이, 꼬 뗀 라 지

Anna : Chào anh. Tôi tên là Anna.
자오 아잉. 또이 뗀 라 안나

Rất vui được gặp anh.
젓/럿 부이 드억 갑 아잉

Còn anh? Xin lỗi, anh tên là gì?
꼰 아잉? 씬 로이, 아잉 뗀 라 지

Minh : Tôi tên là Minh.
또이 뗀 라 밍

Rất vui được gặp cô.
젓/럿 부이 드억 갑 꼬

Anna : Xin lỗi, còn đây là **ai**?
씬 로이, 꼰 더이 라 아이

Minh : Đây là bạn tôi. Cô ấy tên là Hoa.
더이 라 반 또이. 꼬 어이 뗀 라 화

Anna：Còn kia là ai?
꼰　끼아 라 아이

Minh：Kia cũng là bạn tôi. Anh ấy tên là Nam.
끼아　꿍 라 반 또이. 아잉 어이 뗀 라 남

Anna：Rất vui được gặp anh chị.
젓/럿 부이　드억　갑　아잉 지

Nam và Hoa：Rất vui được gặp cô.
젓/럿 부이　드억 갑　꼬

밍　　：안녕하십니까? 실례지만 이름이 무엇입니까?

안나　：안녕하십니까? 제 이름은 안나입니다.

　　　　만나서 반갑습니다.

　　　　그리고 당신은요?

밍　　：제 이름은 밍입니다.

　　　　만나서 반갑습니다.

안나　：실례지만 이분이 누구입니까?

밍　　：이분은 제 친구입니다. 이름은 화입니다.

안나　：그리고 저분은 누구입니까?

밍　　：저분도 제 친구입니다. 이름은 화입니다.

안나　：만나서 반갑습니다.

남과 화 : 만나서 반갑습니다.

2. 밍과 선니는 벤타잉시장 앞에서 만났다.
(Minh và Sunny gặp nhau trước chợ Bến Thành)

Sunny：Chào anh Minh. Anh có khoẻ không?
자오 아잉　밍.　아잉 꼬 쾌　콩

Minh：Anh khoẻ. Còn em?
아잉　쾌.　꼰 앰

Sunny ： Cám ơn anh, em cũng khoẻ.
깜 언 아잉, 앰 꿍 쾌

Minh ： Em đi chợ, phải không?
앰 디 저, 파이 콩

Sunny ： Vâng, đúng vậy. Còn anh Minh, anh cũng đi chợ à?
벙, 둥 버이. 꼰 아잉 밍, 아잉 꿍 디 저 아

Minh ： Không, anh không đi chợ. Anh đến đón mẹ anh.
콩, 아잉 콩 디 저. 아잉 덴 돈 매 아잉

Sunny ： Xin lỗi, bây giờ em phải vào chợ rồi. Tạm biệt.
씬 로이, 버이 저/여 앰 파이 바오 저 조이/로이. 땀 비엣

Minh ： Tạm biệt. Hẹn gặp lại.
땀 비엣. 핸 갑 라이

선니 ： 밍 씨, 안녕하세요? 잘 지내셨어요?

밍 ： 저는 잘 지냈어요. 선니 씨는요?

선니 ： 고마워요. 저도 잘 지냈어요.

밍 ： 시장에 가시지요?

선니 ： 예, 맞아요. 그리고 밍 씨도 시장에 가세요?

밍 ： 아니요, 시장에 가는 것이 아니에요. 어머니를 마중하러 왔어요.

선니 ： 미안하지만 지금 저는 시장에 들어가야 해요. 안녕히 가세요.

밍 ： 안녕히 가세요. 또 만나요.

새 단어(Từ mới)

tên 이름	cũng 도, 역시	đón 마중하다
vui 반갑다	khoẻ 건강하다, 잘 지내다	bây giờ 지금
gặp 만나다	còn 그리고	phải ~해야 하다
đây 이(사람, 것)	chợ 시장	vào 들어가다
kia 저	đúng vậy 그래요	lại 다시, 또

C 문법
NGỮ PHÁP

1. 양수사(Số đếm)

베트남 양수사가 다음과 같다.

1 một 못	11 mười một 므어이 못
2 hai 하이	12 mười hai 므어이 하이
3 ba 바	13 mười ba 므어이 바
4 bốn 본	14 mười bốn 므어이 본
5 năm 남	15 mười lăm 므어이 람
6 sáu 사우	16 mười sáu 므어이 사우
7 bảy 바이	17 mười bảy 므어이 바이
8 tám 땀	18 mười tám 므어이 땀
9 chín 찐	19 mười chín 므어이 찐
10 mười 므어이	

20 hai mươi 하이 므어이

30 ba mươi 바 므어이

40 bốn mươi 본 므어이

50 năm mươi 남 므어이

60 sáu mươi 사우 므어이

70 bảy mươi 바이 므어이

80 tám mươi 땀 므어이

90 chín mươi 진 므어이

100 một trăm 못 짬

101 một trăm linh một 못 짬 링 못 / một trăm lẻ một 못 짬 래 못

102 một trăm linh hai 못 짬 링 하이 / một trăm lẻ hai 못 짬 래 하이

......

1.000 một nghìn 못 응인 / một ngàn 못 응안

1.001 못 응인 링 못

1.002 못 응인 링 하이

......

10.000 mười nghìn 므어이 응인

100.000 một trăm nghìn 못 짬 응인

1.000.000 một triệu 못 찌에우

10.000.000 mười triệu 므어이 찌에우

100.000.000 một trăm triệu 못 짬 찌에우

1.000.000.000 một tỉ 못 띠

10.000.000.000 mười tỉ 므어이 띠

– 20이상은 뒤에 있는 "mười" 대신 "**mươi**"(성조를 빼기)로 쓴다.

20 hai **mươi** 하이 므어이

30 ba **mươi** 바 므어이

40 bốn **mươi** 본 므어이

50 năm **mươi** 남 므어이

60 sáu **mươi** 사우 므어이

70 bảy **mươi** 바이 므어이

80 tám **mươi** 땀 므어이

90 chín **mươi** 진 므어이

– 20이상은 뒤에 있는 "một" 대신 "**mốt**"(성조를 바꾸기)으로 쓴다.

21 hai mươi **mốt** 하이 므어이 못

31 ba mươi **mốt** 바 므어이 못

41 bốn mươi **mốt** 본 므어이 못

51 năm mươi **mốt** 남 므어이 못

61 sáu mươi **mốt** 사우 므어이 못

71 bảy mươi **mốt** 바이 므어이 못

81 tám mươi **mốt** 땀 므어이 못

91 chín mươi **mốt** 진 므어이 못

– 10이상은 뒤에 있는 "năm" 대신 "**lăm**"(초성을 바꾸기)으로 쓴다.

15 mười **lăm** 므어이 람

25 hai mươi **lăm** 하이 므어이 람

35 ba mươi **lăm** 바 므어이 람

45 bốn mươi **lăm** 본 므어이 람

55 năm mươi **lăm** 남 므어이 람

65 sáu mươi **lăm** 사우 므어이 람

75 bảy mươi **lăm** 바이 므어이 람

85 tám mươi **lăm** 땀 므어이 람

95 chín mươi lăm 진 므어이 람

– 베트남말은 한자어 수사를 거의 사용하지 않기 때문에 위와 같은 고유어 수사만 외우면 된다.

2. 베트남어의 인칭 대명사(đại từ nhân xưng trong tiếng Việt)

* **ông**(할아버지, 어르신, 선생, 미스터) 하고 **ông ấy**(그분) : 50세 이상의 남자를 부르거나 인사할 때 사용한다.(dùng để gọi hay chào hỏi người đàn ông trên 50 tuổi)

* **Bà**(할머니, 부인) 하고 **bà ấy** (그분) : 50세 이상의 여자를 부르거나 인사할때 사용한다.(dùng để gọi hay chào hỏi người đàn bà trên 50 tuổi)

* **Anh** (형, 오빠, 선배, 당신) 하고 **anh ấy** (그는) : 젊은 남자를 부르거나 인사할 때 사용한다.(dùng để gọi hay chào hỏi những người đàn ông trẻ)

* **Chị** (누나, 언니, 선배, 당신) 하고 **chị ấy** (그녀) : 젊은 여자를 부르거나 인사할 때 사용한다.(dùng để gọi hay chào hỏi những phụ nữ trẻ)

* **Cô**(미스, 양, 아가씨) 하고 **cô ấy** (그녀) : 젊은 여자를 부르거나 인사할때 사용한다.(dùng để gọi hay chào hỏi những cô gái trẻ)

* **Bạn** (너, 니) 하고 **bạn ấy** (그녀, 그 친구) : 젊은이 사이에 친하게 부르거나 인사할 때 사용한다.(dùng để gọi hay chào hỏi thân mật giữa người trẻ tuổi với nhau)

* **Em** (동생, 후배, 너, 니) 하고 **em ấy** (그이) : 나보다 나이 적은 사람에게 부르거나 인사할 때 사용한다.(dùng để gọi hay chào hỏi những người trẻ hơn)

* **Tôi**(나) : 화자가 청자에게 자기 칭호할 때 사용한다. 보통 성인이 사용한다. (Người nói dùng để xưng hô với người nghe, thường dùng cho người trưởng thành)

* **Anh**(나) : 화자가 나보다 나이 적은 청자에게 자기 칭호할 때 사용한다.(Người nói dùng để xưng hô với người nghe là người trẻ hơn)

* **Em**(저) : 화자가 나보다 나이 많은 청자에게 자기 칭호할 때 사용한다.(Người nói dùng để xưng hô với người nghe là người lớn tuổi hơn)

* **Cháu**(저) : 화자가 노인인 청자에게 자기 칭호할 때 사용한다.(Người nói dùng để xưng hô với người nghe là người già)

* **ông** (나) : 화자가 나보다 나이 아주 적은 청자에게 자기 칭호할 때 사용한다. (Người nói dùng để xưng hô với người nghe là người rất trẻ)

3. 베트남어의 소유 대명사(Các đại từ sở hữu trong tiếng Việt)

베트남어의 소유 대명사는 "**của**＋대명사" 형식으로 구성된다.

* **của tôi** 나의, 저의
* **của ông** 할아버지의
* **của bà** 할머니의
* **của anh** 형의, 오빠의
* **của chị** 누나의, 언니의
* **của cô** 아가씨의
* **của bạn** 너의
* **của em** 너의, 동생의
* **của cháu** 너의, 조카의
* **của ông ấy** 그분의
* **của bà ấy** 그분의
* **của anh ấy** 그의
* **của chị ấy** 그녀의
* **của cô ấy** 그 아가씨의

복수
* **của các ông** 할아버지들의
* **của các bà** 할머니들의
* **của các anh** 형들의, 오빠들의
* **của các cô** 아가씨들의
* **của các chị** 누나들의, 언니들의
* **của các em** 너희들의
* **của chúng tôi**／**của chúng ta** : 우리의
* **của họ**／**của chúng nó** : 그들의

* 소유 대명사를 사용할 때 어떤 경우에는 가족, 친구, 반, 집, 고향 등 사람과 밀접한 것이나 누군가에 속한 사람이면 "của"를 사용하지 않아도 된다.(Trong một số trường hợp khi dùng đại từ sở hữu có thể không dùng từ "của" nếu sự vật hiện tượng đó luôn gắn chặt với con người như : gia đình, bạn bè, lớp học, nhà, quê hương…hoặc một người nào đó thuộc về ai đó)

예 Gia đình **của** tôi ➡ Gia đình tôi 우리 가족
　자/야　딩　꾸아　또이　자/야　딩　또이

　Bạn của tôi ➡ Bạn tôi 제 친구
　반　꾸아　또이　　반　또이

* 어떤 사람에 속한 사물, 현상인 경우 "của"를 생략할 수없고 꼭 사용해야 한다.(Trong trường hợp một sự vật, một hiện tượng thuộc về một người nào đó thì không thể lược bỏ từ "của" mà bắt buộc phải dùng nó)

예 Tình yêu của tôi. 내 사랑
　띵 이에우 꾸아 또이

　Xe máy của tôi. 내 오토바이
　쌔　마이 꾸아 또이

4. ai

의문사 "**ai**"의 뜻은 한국말의 "누구"와 같다.

예 Đây là **ai**? 이분이 누구세요?
　더이 라 아이

　Ai đến? 누가 왔어요?
　아이　덴

　Ai ăn? 누가 먹었어요?
　아이　안

D 연습
LUYỆN TẬP

Ⅰ. 괄호에 있는 단어를 맞게 고르십시오.(Chọn từ đúng trong ngoặc)

1. (ông / của ông) tên là gì?

2. (Cô ấy / anh) là em gái tôi.

3. Anh ấy là bạn(ai / của tôi).

4. Anh ấy là đồng nghiệp (của tôi / gì).

5. Hôm nay cô ấy (là / rất) vui.

6. Tôi tên là Nam. (và / còn) cô?

7. (đây / này) là ai?

Ⅱ. 설명에 따라 숫자를 쓰십시오.(Viết các chữ số theo gợi ý)

1. Trước số hai là số (2앞에는) ____________________

2. Sau số bốn là số(4 뒤에는) ____________________

3. Trước số sáu là số (6앞에는) ____________________

4. Sau số tám là số (8뒤에는) ____________________

5. Trước số chín là số(9앞에는) ____________________

Ⅲ. 적합한 단어를 골라서 빈 칸에 채우십시오.

(Chọn từ thích hợp điền vào chỗ trống)

> gì, khoẻ, lại, tên, gặp, vui, không

1. Chào anh, anh ______________ là ______________ ?

2. Rất______________ được______________anh.

3. Anh có______________ không?

4. Tôi______________khoẻ, tôi hơi mệt.

5. Tạm biệt. Hẹn gặp________________.

Ⅳ. 다음과 같은 대답에 질문을 찾으십시오.

(Tìm câu hỏi cho các câu trả lời dưới đây)

1. ________________________________

   Chào anh.

2. ________________________________

   Tôi tên là So Young.

3. ________________________________

   Tôi tên là Sunny.

4. ________________________________

   Cám ơn cô. Tôi khoẻ.

5. ________________________________

   Cám ơn anh.Tôi cũng khoẻ.

A 토픽 표현
CÁCH DIỄN ĐẠT THEO CHỦ ĐỀ

1. 국적에 대해 문답할 때 베트남 사람은 보통 다음과 같은 문형을 사용한다.
(Khi hỏi và trả lời về quốc tịch, người Việt thường dùng các mẫu câu sau đây)

질문 (**Hỏi**)	대답 (**Trả lời**)
1. Chào anh, anh là người nước nào? 안녕하세요? 어느 나라 사람이에요?	1. Tôi là người Hàn Quốc. 저는 한국 사람이에요.
2. Anh từ đâu đến? 어디에서 오셨어요?	2. Tôi đến từ Seoul. 저는 서울에서 왔어요.
3. Anh là người Hàn Quốc, phải không? 한국 사람이지요?	3. Vâng, tôi là người Hàn Quốc. 예, 저는 한국 사람이에요.
4. Anh là người Việt Nam à? 베트남 사람이에요?	4. Vâng, tôi là người Việt Nam. 예, 저는 베트남 사람이에요.

2. 고향에 대해 문답할 때 베트남 사람은 보통 다음과 같은 문형을 사용한다.
(Khi hỏi và trả lời về quê quán người Việt dùng các mẫu câu sau đây)

질문 (**Hỏi**)	대답 (**Trả lời**)
1. Chào cô, quê cô ở đâu? 안녕하세요? 고향이 어디예요?	1. Quê tôi ở Sài Gòn. 우리 고향은 사이공이에요.
2. Xin lỗi cô quê ở đâu? 실례지만 고향이 어디예요?	2. Quê tôi ở Busan. 우리 고향은 부산이에요.
3. Cô là người Hà Nội, phải không? 하노이 사람이지요?	3. Vâng, tôi là người Hà Nội. 예, 저는 하노이 사람이에요.
4. Cô là người Đà Nẵng à? 다낭 사람이에요?	4. Vâng, tôi là người Đà Nẵng. 예, 저는 다낭 사람이에요.

🔵 테마 단어
(Từ vựng theo chủ đề)

국적 (Quốc tịch)	국가 (Quốc gia)
Người Việt (베트남 사람)	Việt Nam (베트남)
Người Mỹ (미국 사람)	Mỹ (미국)
Người Pháp (프랑스 사람)	Pháp (프랑스)
Người Đức (독일 사람)	Đức (독일)
Người Ý (이탈리아 사람)	Ý (이탈리아)
Người Anh (영국 사람)	Anh (영국)
Người Úc (호주 사람)	Úc (호주)
Người Nhật (일본 사람)	Nhật Bản (일본)
Người Hàn Quốc (한국 사람)	Hàn Quốc (한국)
Người Trung Quốc (중국 사람)	Trung Quốc (중국)

고향 (Quê hương)	성 / 시 (Tỉnh / Thành phố)
Hà Nội	Hà Nội
Nha Trang	Khánh Hoà
Đà Lạt	Lâm đồng
Huế	Huế
Đà Nẵng	Đà Nẵng
Cần Thơ	Cần Thơ
Vũng Tàu	Bà Rịa – Vũng Tàu
Hạ Long	Quảng Ninh
Sài Gòn	Thành phố Hồ Chí Minh
Vĩnh Long	Vĩnh Long
Pleiku	Gia Lai

B 회화 🎧
HỘI THOẠI

1. 홍 씨는 안나 씨를 처음 만났다.(Hùng gặp Anna lần đầu)

Hùng : Xin lỗi, cô là người nước **nào**?
씬 로이, 꼬 라 응으어이 느억 나오

Anna : Tôi là người Mỹ. Còn anh, quê anh ở **đâu**?
또이 라 응으어이 미. 꼰 아잉, 꿰 아잉 어 더우

Hùng : Quê tôi ở Nha Trang.
꿰 또이 어 냐 짱

Rất vui được gặp cô.
젓/럿 부이 드억 갑 꼬

Anna : Rất vui được gặp anh.
젓/럿 부이 드억 갑 아잉

Hùng : Hẹn gặp lại.
핸 갑 라이

Anna : Hẹn gặp lại.
핸 갑 라이

홍 : 실례지만 어느 나라 사람입니까?

안나 : 저는 미국 사람입니다. 그리고 당신 고향은 어디입니까?

홍 : 우리 고향은 냐짱인데요.

만나서 반갑습니다.

안나 : 만나서 반갑습니다.

홍 : 또 만납시다.

안나 : 또 만납시다.

2. 하나 씨는 백화점에서 란 씨, 투 씨, 뚜 씨를 만났다.
(Hana gặp Lan, Thu và Tú ở siêu thị)

Hana : Chào Lan, lâu quá không gặp. Lan **có** khoẻ **không**?
자오 란, 러우 꽈 콩 갑. 란 꼬 쾌 콩

Lan : Cám ơn, mình khoẻ. **Còn** Hana?
깜 언, 밍 쾌. 꼰 하나

Hana : Mình bình thường.
밍 빙 트엉

Lan cũng đi siêu thị à?
란 꿍 디 세우 티 아

Lan : Ừ, mình đi mua ít thức ăn. Còn Hana đi đâu vậy?
으, 밍 디 무아 잇 특 안. 꼰 하나 디 더우 버이

Hana : Mình cũng đi mua thức ăn và trái cây.
밍 꿍 디 무아 특 안 바 짜이 꺼이

Xin lỗi, còn đây là ai vậy?
씬 로이, 꼰 더이 라 아이 버이

Lan : À, đây là Thu và Tú, bạn thân của mình.
아, 더이 라 투 바 뚜, 반 턴 꾸아 밍

Quê Thu ở đà Lạt còn quê Tú ở Nha Trang.
꿰 투 어 다 랏 꼰 꿰 뚜 어 냐 짱

Mình xin giới thiệu với Thu và Tú, đây là Hana.
밍 씬 저이/여이 톄우 버이 투 바 뚜, 더이 라 하나.

Cô ấy là người Hàn Quốc.
꼬 어이 라 응으어이 한 꾸옥

Thu : Chào Hana.
자오 하나

Tú : Chào Hana.
자오 하나

Hana : Chào các bạn.
자오 깍 반

Lan : Hana mua gì chưa?
하나 무아 지 즈어

Hana : Mình chưa mua gì cả. Chúng mình cùng đi mua đồ nhé.
밍 즈어 무아 지 까. 중 밍 꿍 디 무아 도

Lan : Tuyệt lắm. Chúng ta đi nào.
뛰엣 람. 중 따 디 나오

하나 : 란 씨, 안녕하세요? 오랜만이네요. 잘 지내셨어요?

란 : 저는 잘 지냈어요. 고마워요. 하나 씨는요?

하나 : 저는 보통이에요.

란 씨도 백화점에 가세요?

란 : 네, 음식을 좀 사러 왔어요. 하나 씨는 어디 가세요?

하나 : 저도 음식과 과일을 사러 왔어요.

실례지만 이 두 분은 누구세요?

란 : 아, 투 씨 하고 뚜 씨인데요. 제 친한 친구이에요.

투 씨의 고향은 다랏이고 뚜 씨의 고향은 냐짱이에요.

투 씨, 뚜 씨, 좀 소개해 드릴게요. 이 친구는 하나 씨이고 한국 사람이에요.

투 : 하나 씨, 안년하세요?

뚜 : 하나 씨, 안년하세요?

하나 : 하나 씨, 안년하세요?

란 : 하나 씨는 뭘 좀 사셨어요?

하나 : 저는 아무것도 아직 안 샀어요. 같이 사러 갈까요?

란 : 좋아요. 같이 갑시다.

새 단어(Từ mới)

người 사람	lâu 오래	thức ăn 음식
nước 나라	quá 너무	trái cây 과일
quê 고향	bình thường 보통, 일반(적)	bạn thân 친한 친구
ở 에, 에서	mua 사다	giới thiệu 소개하다
siêu thị 슈퍼마켓, 백화점	ít 조금, 적다	với 와/과(같이)

C 문법
NGỮ PHÁP

1. nào

의문사(từ nghi vấn) "nào"는 항상 명사 뒤에 오고 그 명사를 꾸민다. 한국말의 "어느"와 비슷하다.

명사+nào

예 Cô là người nước **nào**?
꼬 라 응으어이 느억 나오

어느 나라 사람이니까?

Cái **nào** tốt?
까이 나오

어느 것이 좋아요?

2. đâu

의문사(từ nghi vấn) "đâu"의 뜻은 한국말의 "어디"와 같다.

예 Anh làm việc ở **đâu**?
어잉 람 비엑 어 더우

어디서 근무하세요?

Chị học tiếng Việt ở **đâu**?
지 훅 띠엥 비엣 어 더우

베트남어를 어디서 배우세요?

가 : Bưu điện ở **đâu**?
브우 디엔 어 더우

우체국이 어디에 있어요?

나 : Ở đằng kia.
어 당 끼아

저기에 있어요.

3. ···(có)··· không?

한국말의 "ㅂ니까/습니까?, 어요/아요/여요?"에 해당한다.

(예) Anh **có** khỏe **không**?
아잉 꼬 쾌 콩

잘 지내셨어요?

Chị **có** thích phim Hàn Quốc **không**?
지 꼬 틱 핌 한 꾸옥 콩

한국 영화를 좋아하세요?

"có"는 생략할 수 있다.

Tiếng Việt khó **không**?
띠엥 비엣 코 콩
베트남말은 어려워요?

4. còn ···?

보통 상대방이 질문한 것을 반복하지 않도록 사용하는 표현이다. 한국말의 (그리고) ···
"~는요/은요?"와 비슷하다.

Còn + 대명사

(예) Tên tôi là Gia Hân. **Còn** chị?
뗀 또이 라 자 헌. 꼰 지

제 이름은 자헌입니다. 당신은요?

Tôi là nhân viên công ty. **Còn** cô?
또이 라 년 비엔 꽁 띠. 꼰 꼬

저는 회사원입니다. 당신은요?

D 연습
LUYỆN TẬP

Ⅰ. 괄호에 있는 맞는 것을 고르십시오.(Chọn từ đúng trong ngoặc)

1. Tôi (không / không phải) là người Nhật.

2. Tôi (không / là) người Mỹ.

3. Cô ấy (không là / là) bạn tôi.

4. ông là người Việt phải không (ạ / à)?

5. Anh là người nước (nào / gì)?

6. Bà ấy tên là (nào / gì)?

7. Quê cô ấy (là / ở) Hà Nội.

Ⅱ. 짧은 대답을 쓰십시오.(Viết câu trả lời ngắn)

1. Hôm qua là thứ mấy?

   → ______________________________

2. Hôm nay là thứ mấy?

   → ______________________________

3. Ngày mai là thứ mấy?

   → ______________________________

4. Trước thứ ba là thứ mấy?

   → ______________________________

5. Sau thứ năm là thứ mấy?

   → ______________________________

Ⅲ. 적합한 단어를 골라 빈 칸에 채우십시오.

(Chọn từ thích hợp điền vào chỗ trống)

> người, quê, phải không, đâu, chợ

1. Tôi là _______________ Hàn Quốc.

2. _______________ tôi ở Busan.

3. Anh đi _______________ ạ?

4. Tôi đi _______________ Bến Thành.

5. Cô là sinh viên, _______________?

Ⅳ. 맞는 문장을 만드십시오.(Sắp xếp lại thành câu hoàn chỉnh)

1. ở đâu, xin lỗi, cô, quê?

→ _______________________________________

2. phải không, Hàn Quốc, anh, người, là?

→ _______________________________________

3. Hàn Quốc, là, anh, người, à?

→ _______________________________________

4. người nước nào, là, anh?

→ _______________________________________

5. Huế, ở, tôi, quê.

→ _______________________________________

V. 다음 질문을 답하십시오.(Trả lời các câu hỏi dưới đây)

1. Quê chị ở đâu?

   ➜ ________________________________

2. Cô là người Việt, phải không?

   ➜ ________________________________

3. Em là sinh viên à?

   ➜ ________________________________

4. Quê anh ở Seoul, phải không?

   ➜ ________________________________

5. Ông ấy là người Nhật, phải không?

   ➜ ________________________________

A 토픽 표현
CÁCH DIỄN ĐẠT THEO CHỦ ĐỀ

🔵 직업에 대해 질문할 때 베트남 사람은 다음과 같은 문형을 사용한다.
(Khi hỏi và trả lời về nghề nghiệp người Việt dùng các mẫu câu sau đây)

질문 (**Hỏi**)	대답 (**Trả lời**)
1. Xin lỗi, cô làm nghề gì? 실례지만 직업이 뭐예요?	1. Tôi là kế toán/Tôi làm kế toán. 저는 회계원이에요.
2. Cô làm việc ở đâu? 어디서 일하세요?	2. Tôi làm việc ổ Công ty Samsung. 저는 삼성에서 일해요.
3. Công ty cô ở đâu? 회사는 어디예요?	3. Công ty tôi ở số 102 đường Nguyễn Du, Quận 1, Thành phố Hồ Chí Minh. 우리 회사는 호찌민시, 1군, 응웬주로 102번지에 있어요.

🔵 테마 단어(Từ vựng theo chủ đề)

직업 (Nghề nghiệp)	직장 (Nơi làm việc)
Bác sĩ 의사	Bệnh viện 병원
Y tá 간호사	Phòng khám/Phòng mạch 진료소
Giám đốc 사장	Công ty 회사
Thư ký 비서	Văn phòng 사무실
Kỹ sư 기사	Công trường 공사장
Công nhân 근로자	Nhà máy 공장
Nhân viên 직원	Khách sạn 호텔
Người phục vụ 웨이터	Nhà hàng 식당
Kế toán 회계원	Ngân hàng 은행
Giáo sư 교수	Trường đại học 대학교
Giáo viên 선생	Trường học 학교
Sinh viên 대학생	
Học sinh 학생	

B 회화 🎧 (HỘI THOẠI)

1. 톰미 씨는 파티에서 응우엣 씨를 만났다.
(Tommy gặp Nguyệt ở một buổi tiệc)

Tommy : Chào cô, xin lỗi cô tên là **gì**?
자오 꼬, 씬 로이 꼬 뗀 라 지

Nguyệt : Chào anh, tôi tên là Nguyệt.
자오 아잉, 또이 뗀 라 응우엣

Tommy : Cô làm nghề gì?
꼬 람 응에 지

Nguyệt : Tôi là thư ký.
또이 라 트 끼

Tommy : Cô làm việc ở đâu?
꼬 람 비엑 어 더우

Nguyệt : Tôi làm việc **ở** Công ty Xây dựng Thành Công.
또이 람 비엑 어 꽁 띠 써이 증 타잉 꽁

Tommy : Công ty cô ở đâu?
꽁 띠 꼬 어 더우

Nguyệt : Công ty tôi ở số 21 đường Nguyễn Thị Minh Khai, Quận 1,
꽁 띠 또이 어 소 하이 므어이 못 드엉 응웬 티 밍 카이, 꾸언 못,

Thành phố Hồ Chí Minh. Còn anh?
타잉 포 호 지 밍. 꼰 아잉

Tommy : Tôi tên là Tommy, tôi là luật sư. Tôi làm việc ở công ty luật.
또이 뗀 라 톰미, 또이 라 루엇 스. 또이 람 비엑 어 꽁 띠 루엇

Nguyệt : Còn công ty anh ở đâu?
꼰 꽁 띠 아잉 어 더우

Tommy : Công ty tôi ở số 5 đường Thi Sách, Quận 1, Thành phố Hồ
꽁 띠 또이 어 소 남 드엉 티 사익, 꾸언 못, 타잉 포 호

Chí Minh.
지 밍

Đây là danh thiếp của tôi.
더이 라 자잉/야잉 티엡　꾸아 또이

Nguyệt : Cám ơn anh. Còn đây là danh thiếp của tôi.
깜 언 양잉. 꼰 더이 라 자잉/야잉티엡 꾸아 또이

톰미 : 안녕하세요? 실례지만 이름이 뭐예요?

웅 : 안녕하세요? 제 이름은 응이에요.

톰미 : 직업이 뭐예요?

웅 : 저는 비서예요.

톰미 : 어디서 근무하세요?

웅 : 저는 타잉 꽁 회사에서 일해요.

톰미 : 회사는 어디에 있어요?

웅 : 우리 회사는 호찌민시, 1군, 응웬티밍카이로 21번지에 있어요.

　　　　당신은요?

톰미 : 제 이름은 톰미인데요. 저는 변호사예요. 저는 법률전문회사에서 일해요.

웅 : 그리고 회사는 어디에 있어요?

톰미 : 우리 회사는 호찌민시, 1군, 티 사익길 5번지에 있어요.

　　　　제 명함인데요.

웅 : 고맙습니다. 그리고 이것이 제 명함이에요.

2. 남 씨와 롱 씨는 커피숍에서 만났다.
(Nam và Long gặp nhau ở quán cà phê)

Nam : Chào anh Long. Anh khoẻ không?
자오 아잉 롱. 아잉 쾌 콩

Long : Chào anh Nam. Tôi khoẻ. Còn anh?
자오 아잉 남. 또이 쾌. 꼰 아잉

Nam : Tôi cũng khoẻ.
또이 꿍 쾌

Dạo này công việc của anh thế nào?
자오 나이 꽁 비엑 꾸아 아잉 테 나오

Long : Cũng được. Còn anh?
꽁 드억. 꼰 아잉

Nam : Tôi đã chuyển sang công ty khác rồi.
또이 다 주엔 상 꽁 띠 칵 조이/로이

Long : Anh chuyển sang công ty nào?
아잉 주엔 상 꽁 띠 나오

Nam : Tôi đã chuyển sang Công ty Thiết kế **và** Quảng cáo Thắng Lợi.
또이 다 주엔 상 꽁 띠 티엣 께 바 꽝 까오 탕 러이

Long : Anh chuyển đến đó bao lâu rồi?
아잉 주엔 덴 도 바오 러우 조이/로이

Nam : Hai tháng rồi.
하이 탕 조이/로이

Long : Công việc mới tốt chứ?
꽁 비엑 머이 똣 즈

Nam : **Rất** tốt.
젓/럿 똣

Long : Vậy xin chúc mừng anh nhé.
버이 씬 죽 믕 아잉 내

남 : 롱 씨, 안녕하세요? 잘 지내셨어요?

롱 : 남 씨, 안녕하세요? 저는 잘 지냈어요. 남 씨는요?

남 : 저도 잘 지냈어요. 요즘 일이 어때요?

롱 : 괜찮아요. 남 씨는요?

남 : 저는 다른 회사로 옮겼어요.

롱 : 어느 회사로 옮겼어요?

남 : 저는 탕러이 디자인 − 광고회사로 옮겼어요.

롱 : 거기로 언제 옮겼어요?

남 : 두 달 됐어요.

롱 : 새로운 일은 좋아요?

남   : 아주 좋아요.

롱   : 그럼, 축하해요.

새 단어(Từ mới)

làm 하다	thư ký 비서	quảng cáo 광고(하다)
nghề 직업	luật sư 변호사	chuyển 옮기다
là 이다	dạo này 요즘	khác 다르다
làm việc 일하다	danh thiếp 명함	tốt 좋다
xây dựng 건축	thiết kế 설계	chúc mừng 축하하다

C 문법
NGỮ PHÁP

1. gì

의문사 "**gì**"는 한국말로 "무엇"을 의미한다.

 가 : Tên chị là **gì**?

　　　　떼   지 라 지

이름이 뭐예요?

나 : Tên tôi là Lee Sunny.

　　　　떼또이 라 리   선니

제 이름은 이선니예요.

사물을 가리키는 경우 보통 "cái gì"를 사용한다.

예 가 : **Cái này là cái gì?**
까이 나이 라 까이 지

이것이 뭐예요?

나 : **Đây là máy vi tính xách tay.**
더이 라 마이 비 띵 싸익 따이

이것은 노트북이에요.

2. ở

장소, 위치를 가리키는 "ở"의 의미는 한국말의 "에/에서"와 비슷하다.

ở + 장소, 지명

예 Cô ấy sống **ở** Gia Lai.
꼬 어이 송 어 얄라이

그녀는 얄라이에 살아요.

Anh ấy làm việc **ở** nhà máy.
아잉 어이 람 비엑 어 냐 마이

그는 공장에서 일해요.

Quê tôi **ở** Vĩnh Long.
꿰 또이 어 빙 롱

우리 고향은 빙롱이예요.

3. và

명사와 명사를 연결하는 "và"는 "~하고, ~와/와, ~(이)랑"과 비슷하다.

예 Thời gian **và** không gian.
터이 얀 바 콩 얀

시간과 공간

Văn phòng **và** nhà máy đều ở Sài Gòn.
반 퐁 바 냐 마이 데우 어 사이 곤

사무실과 공장은 다 사이공에 있다.

4. rất

높은 정도를 가리키는 부사이다. "**rất**"은 뒤에 오는 형용사, 동사를 꾸민다. 뜻은 한국
말의 "아주, 매우"와 비슷하다.

rất＋형용사／동사

예 **Rất** vui được gặp anh.
  젓/럿 부이 드억 갑 아잉

만나서 반갑습니다.

Cảnh **rất** đẹp.
  까잉 젓/럿 댑

경치가 아주 아름다워요.

Anh ấy **rất** thích bóng đá.
  아잉 어이 젓/럿 틱   봉 다

그는 축구를 매우 좋아한다.

D 연습
LUYỆN TẬP

Ⅰ. 아랫 정보를 보고 보기와 같이 연습하십시오.

(Xem các thông tin bên dưới rồi thực hành theo mẫu)

보기 Mẫu **Hoa/y tá/ bệnh viện FV**

1. Cô ấy tên là gì?
   → Cô ấy tên là Hoa.

2. Cô Hoa làm nghề gì?
   → Cô Hoa là y tá.

3. Cô Hoa làm việc ở đâu?
   → Cô Hoa làm việc ở Bệnh viện FV.

a. Hải/kỹ sư/Công ty Samsung

1. _______________________________________
   → _______________________________________

2. _______________________________________
   → _______________________________________

3. _______________________________________
   → _______________________________________

b. Xuân/kế toán/Công ty FPT

1. _______________________________________
   → _______________________________________

2. _______________________________________

→ _______________________________________

3. _______________________________________

→ _______________________________________

c. Thu Hiền/giảng viên/Trường Đại học Sunny

1. _______________________________________

→ _______________________________________

2. _______________________________________

→ _______________________________________

3. _______________________________________

→ _______________________________________

d. Thúy/thư ký/Công ty Mỹ phẩm LG

1. _______________________________________

→ _______________________________________

2. _______________________________________

→ _______________________________________

3. _______________________________________

→ _______________________________________

e. Trung/giám đốc/Công ty Bia Sài Gòn

1. _______________________________________

→ _______________________________________

2. _______________________________

→ _______________________________

3. _______________________________

→ _______________________________

Ⅱ. 맞는 문장을 만드십시오.(Sắp xếp các từ sau thành câu hoàn chỉnh)

1. phải không, chị, bác sĩ, là?

→ _______________________________

2. bác sĩ, y tá, là, là, tôi, không phải, tôi.

→ _______________________________

3. cô, biết, có, anh ấy, không?

→ _______________________________

4. anh ấy, dạ, tôi, có, biết.

→ _______________________________

5. thế nào, anh, tiếng Việt, thấy?

→ _______________________________

6. rất, tôi, dễ, thấy, tiếng Việt.

→ _______________________________

Ⅲ. 적합한 단어를 골라 빈 칸에 채우십시오.

(Chọn từ thích hợp điền vào chỗ trống)

> ở, kiến trúc sư, giáo sư, công nhân, giám đốc

1. Ông Hoàng là _______________, ông ấy dạy ở trường đại học.
2. Chị Thuỷ là bác sĩ, chị ấy làm việc _______________ Bệnh viện FV.
3. Anh Tú là _______________, anh ấy làm việc ở Công ty xây dựng Samsung.
4. Cô Lan là _______________, cô ấy làm việc ở nhà máy.
5. Bà Mai là _______________ Công ty bia Sài Gòn.

Ⅳ. 맞는 대화를 만드십시오.(Sắp xếp câu thành bài hội thoại đúng)

1. Đây là danh thiếp của tôi. Hẹn gặp lại.

   → _______________________________________

2. Xin lỗi, cô làm nghề gì?

   → _______________________________________

3. Công ty cô ở đâu?

   → _______________________________________

4. Cô làm việc ở đâu?

   → _______________________________________

5. Tôi là kế toán.

   → _______________________________________

6. Công ty tôi ở số 5 đường Lý Tự Trọng, Quận 1, Thành phố Hồ Chí Minh.

   → _______________________________________

7. Tôi làm việc ở Công ty Xuất nhập khẩu Bến Thành.

   → _______________________________________

A 토픽 표현
CÁCH DIỄN ĐẠT THEO CHỦ ĐỀ

1. 외국어 능력에 대해 문답할 때 베트남 사람은 보통 다음과 같은 문형을 사용한다.(Khi hỏi và trả lời về khả năng ngoại ngữ người Việt dùng các mẫu câu sau đây)

질문 (Hỏi)	대답 (Trả lời)
1. Anh nói tiếng Việt **được** không? 베트남말을 하실 수 있어요?	Vâng, tôi nói tiếng Việt **được**. 예, 베트남말을 할 수 있어요.
2. Chị nói **được** tiếng Việt không? 베트남말을 하실 수 있어요?	Vâng, tôi nói **được** tiếng Việt. 예, 베트남말을 할 수 있어요.
3. ông **có thể** nói tiếng Việt không? 베트남말을 하실 수 있습니까?	Vâng, tôi **có thể** nói tiếng Việt. 예, 베트남말을 할 수 있어요.
4. Bà **có thể** nói tiếng Việt **được** không? 베트남말을 하실 수 있습니까?	Vâng, tôi **có thể** nói **được** tiếng Việt. 예, 베트남말을 할 수 있어요.
5. Em nói tiếng Việt **được** chứ? 베트남말을 할 수 있지?	Vâng, em nói tiếng Việt **được**. 예, 저는 베트남말을 할 수 있어요.
6. Cô **biết** nói tiếng Việt chứ? 베트남말을 할 줄 알지요?	Vâng, tôi biết nói tiếng Việt 예, 베트남말을 할 줄 알아요.

● 테마 단어
(Từ vựng theo chủ đề)

Tiếng Việt : 베트남어

Tiếng Hàn Quốc : 한국어

Tiếng Anh : 영어

Tiếng Pháp : 프랑스어

Tiếng Ý : 일탈리아어

Tiếng Đức : 독일어

Tiếng Tây Ban Nha : 스페인 말

Tiếng Bồ Đào Nha : 포르투갈 말

Tiếng Trung Quốc : 중국어

Tiếng Nhật : 일본어

Tiếng Thái Lan : 타이 말

Tiếng Lào : 라오어

Tiếng Khmer(Cam-pu-chia) : 크메르어

B 회화 🎧
HỘI THOẠI

1. 한 사장은 미스 응옥을 면접하고 있다.
(Giám đốc Han đang phỏng vấn cô Ngọc)

Giám đốc : Chào cô, mời cô ngồi.
자오 꼬, 머이 꼬 응오이

Cô Ngọc : Cám ơn ông.
깜 언 옹

Giám đốc : Tên cô là Ngọc, phải không?
뗀 꼬 라 응옥, 파이 콩

Cô Ngọc : Vâng, tên tôi là Ngọc.
벙, 뗀 또이 라 응옥

Giám đốc : Cô nói tiếng Hàn Quốc được không?
꼬 노이 띠엥 한 꾸옥 드억 콩

Cô Ngọc : Dạ được.
자/야 드억

Giám đốc : Tiếng Anh cô cũng nói được **chứ**?
띠엥 아잉 꼬 꿍 노이 드억 즈

Cô Ngọc : Dạ cũng được.
자/야 꿍 드억

Giám đốc : Cô đã học tiếng Hàn Quốc và tiếng Anh **mấy** năm?
꼬 다 혹 띠엥 한 꾸옥 바 띠엥 아잉 머이 남

Cô Ngọc : Dạ, tôi đã học tiếng Anh bảy năm và tiếng Hàn Quốc bốn năm.
자/야, 또이 다 혹 띠엥 아잉 바이 남 바 띠엥 한 꾸옥 본 남

Giám đốc : Cô học tiếng Hàn Quốc ở trường đại học nào?
꼬 혹 띠엥 한 꾸옥 어 쯔엉 다이 혹 나오

Cô Ngọc : Tôi học tiếng Hàn Quốc ở Trường Đại học Sunny.
또이 혹 띠엥 한 꾸옥 어 쯔엉 다이 혹 선니

Giám đốc : Cô hãy nói về sở thích của mình bằng tiếng Hàn Quốc.
꼬 하이 노이 베 서 틱 꾸아 밍 방 띠엥 한 꾸옥

Cô Ngọc : Dạ.
자/야

Giám đốc : Cô nói tiếng Hàn Quốc tốt lắm.
꼬 노이 띠엥 한 꾸옥 똣 람

Cám ơn cô đã đến phỏng vấn.
깜 언 꼬 다 덴 퐁 번

Công ty sẽ thông báo kết quả cho cô vào tuần sau.
꽁 띠 새 통 바이 껫 꽈 조 꼬 바오 뚜언 사우

Cô Ngọc : Cám ơn ông.
깜 언 옹

Giám đốc : Chào cô.
자오 꼬

사장 : 안녕하세요? 앉으세요.

미스 응옥 : 감사합니다.

사장 : 이름이 응옥이지요?

미스 응옥   : 예, 제 이른은 응옥입니다.

사장   : 한국어를 할 수 있어요?

미스 응옥   : 예, 할 수 있습니다.

사장   : 영어도 할 수 있지요?

미스 응옥   : 예, 영어도 할 수 있습니다.

사장   : 한국어와 영어를 배운지 몇 년 됐어요?

미스 응옥   : 영어는 7년 됐고 한국어는 4년 됐습니다.

사장   : 한국어를 어느 대학교에서 공부했어요?

미스 응옥   : 한국어를 선니 대학교에서 공부했습니다.

사장   : 한국말로 취미를 얘기해 보세요.

미스 응옥   : 예.

사장   : 한국말을 잘하네요.

            면접하러 와서 고맙습니다.

            회사에서는 다음 주에 결과를 알릴 거예요.

미스 응옥   : 감사합니다. 안녕히 계십시요.

사장   : 안녕히 가세요.

2. **민정과 투타오는 외국어 공부에 대해 이야기하고 있다.**(Min Jung và Thu Thảo đang nói chuyện với nhau về việc học ngoại ngữ)

Min Jung : Chào Thu Thảo, lâu quá không gặp.
자오 투 타오, 러우 꽈 콩 갑.

Thu Thảo khoẻ không?
투 타오 쾌 콩

Thu Thảo : Cám ơn Min Jung, **mình** khoẻ.
깜 어 민정, 밍 쾌

Min Jung ： Dạo này Thu Thảo bận lắm, phải không?
자오/야오 나이 투　타오　번　람, 파이 콩

Thu Thảo ： Ừ, mình cũng hơi bận.
으, 밍　꿍　허이 번

Vì mình đang học thêm tiếng Trung Quốc.
비 밍　당 혹 템 띠엥　쭝　꾸옥

Min Jung ： Bạn học tiếng Trung Quốc ở đâu?
반 혹 띠엥　쭝　꾸옥 어 더우

Thu Thảo ： Ở Trung tâm Ngoại ngữ Kenta.
어 쭝 떰 응오아이 응으 켄타

Min Jung ： Bạn có thể cho mình địa chỉ trung tâm đó được không?
반 꼬 테 조 밍 디아 지 쭝 떰 도 드억 콩

Thu Thảo ： Tất nhiên là được, nhưng Min Jung cần địa chỉ trung tâm
떳 녠 라 드억, 녀응 민정 껀 디아 지 쭝 떰

đó làm gì?
도 람 지

Min Jung ： Mình cũng muốn học thêm tiếng Trung Quốc.
밍 꿍 무온 혹 템 띠엥 쭝 꾸옥

Thu Thảo ： Hay quá, như vậy chúng mình có thể học cùng nhau rồi.
하이 꽈, 녀으 버이 중 밍 꼬 테 혹 꿍 냐우 조이/로이

Min Jung ： Cám ơn Thu Thảo nhiều **nhé**.
깜 언 투 타오 녜우 내

Thu Thảo ： Không có chi.
콩 꼬 지

민정　　： 투타오, 안녕! 오랜만이네. 잘 있었어?

투 타오　： 고마워. 난 잘 있었어.

민정　　： 요즘 많이 바쁘지?

투 타오　： 응, 좀 바빠.

중국어를 배우고 있거든.

민정　　： 중국어를 어디서 배우지?

투 타오	:	Kenta 외국어학원에서.
민정	:	그 학원 주소를 좀 알려줄 수 있어?
투 타오	:	물론이지. 하지만 뭘로 그 학원 주소 필요해?
민정	:	나도 중국어를 좀 더 공부하고 싶어.
투 타오	:	좋겠다. 그럼 우리가 같이 공부할 수 있겠네.
민정	:	투 타오, 고마워.
투 타오	:	천만에요.

새 단어(Từ mới)

ngồi 앉다	tuần sau 다음 주	ngoại ngữ 외국어
nói 말하다	bận 바쁘다	địa chỉ 주소
năm 년	lắm 아주, 많이	đó 그
sở thích 취미	hơi 좀	tất nhiên 물론
phỏng vấn 면접하다	vì 기 때문에	nhưng 지만
thông báo 알리다	học thêm 더 배우다	muốn 원하다
kết quả 결과	trung tâm 센터, 중심	

C 문법
NGỮ PHÁP

1. chứ?

의문사 "**chứ**"는 한국말의 "지요?"와 비슷하다.

예 Người đó tốt **chứ?**
응으어이 도 즈 쯔
그 사람은 좋지요?

Quyển sách đó khó **chứ?**
꿴 사익 도 코 쯔
그 책은 어렵지?

Tiếng Anh cô cũng nói được **chứ**?
띠엥 아잉꼬 꿍 노이 드억 쯔

영어도 할 수 있지요?

2. mấy

"**mấy**"는 한국말의 "몇"과 비슷하지만 보통 10이하 물어볼 때 사용하는 의문사이다.
"**mấy**"는 명사 앞에서 사용된다.

mấy＋명사

예) Cô đã học tiếng Việt **mấy** năm?
꼬 다 혹 띠엥 비엣 머이 남

베트남어를 배운지 몇 년 됐어요?

Anh đã học tiếng Hàn Quốc **mấy** năm?
아잉 다 혹 띠엥 한 꾸옥 머이 남

한국어를 배운지 몇 년 됐어요?

가 : Gia đình chị có **mấy** người?
자/야 딩 지 꼬 머이 응어어이

가족이 몇 명이에요?

나 : Có năm người.
꼬 남 응어어이

5명이에요.

"**bao nhiêu**"(몇/얼마/얼마나)는 "**mấy**"와 비슷한 말인데 양/수량 제한없이 사용할 수 있다.

예) Em **bao nhiêu** tuổi? 몇 살이에요?
앰 바오 녜우 뚜오이

3. mình

"**mình**"(나)는 "tôi"보다 친근감을 주는 1인칭 대명사이다. 보통 친한 친구 사이에 사용한다.

(예) **Mình** khoẻ.
밍 쾌
나는 잘 있었어.

Mình cũng hơi bận.
밍 꿍 허이 번
나도 좀 바빠.

Mình muốn học thêm tiếng Trung Quốc.
밍 무온 혹 템 띠엥 쭝 꾸옥
나는 중국어를 좀 더 배우고 싶어.

4. nhé

"**nhé**"는 정태사(情態詞)이다. 문장 끝에서 사용되는데 상황에 따라 의문문, 청유문, 명령문에 다 사용할 수 있다.

의문문(Câu nghi vấn) : "~(으)ㄹ까요?"와 비슷하다.

(예) Chúng ta cùng hát **nhé**?
중 따 꿍 핫 내
우리가 같이 노래할까요?

Chúng ta cùng đi du lịch **nhé**?
중 따 꿍 디 주/유 릭 내
우리가 같이 여행갈까요?

청유문(Câu đề nghị) / 명령문(Câu mệnh lệnh)

(예) Hẹn gặp vào sáng mai **nhé**.
핸 갑 바오 상 마이 내
내일 오전에 보자.

Đi về sớm **nhé.**
디 베 섬 내

일찍 갔다 와.

D 연습
LUYỆN TẬP

Ⅰ. 적합한 동사를 골라 빈 칸에 채우십시오.

(Chọn các động từ thích hợp điền vào chỗ trống)

> nghe, nói, đọc, ăn, viết, hiểu, học

1. Tôi _______________ sách.

2. Anh ấy _______________ nhạc.

3. Cô ấy _______________ thư.

4. Họ _______________ tiếng Việt.

5. Tôi không _______________.

6. Làm ơn _______________ lại một lần nữa.

7. Ông ấy _______________ phở.

Ⅱ. 적합한 숫자와 글을 연결하십시오.(Ghép số và chữ số thích hợp)

1. một chín không năm chín không •		• a. 030675
2. hai sáu không sáu bảy bảy •		• b. 180979
3. một năm không bốn tám ba •		• c. 021003
4. không hai một không không ba •		• d. 150483
5. không ba không sáu bảy năm •		• e. 190590
6. một tám không chín bảy chín •		• f. 260677

Ⅲ. 맞는 문장을 만드십시오.(Sắp xếp các từ thành câu đúng)

1. một ít, tiếng Việt, tiếng Anh, tôi, được, nói, và

   ➜ _______________________________________

2. cô ấy, tiếng Hàn Quốc, tiếng Anh, không, được, nói, và

   ➜ _______________________________________

3. Anh Woo Hyun, tiếng Việt, nói, rất tốt

   ➜ _______________________________________

4. Chị Linda, không , được, nói, tiếng Trung Quốc

   ➜ _______________________________________

5. Cô Lan, rất giỏi, nói, tiếng Nhật, tiếng Hàn Quốc, và

   ➜ _______________________________________

Ⅳ. 다음 대답에 질문을 찾으십시오.(Tìm câu hỏi cho các câu trả lời sau đây)

1. _______________________________________

   Dạ, tôi nói được tiếng Việt.

2. _______________________________________

   Tôi đã học tiếng Việt 4 năm.

3. _______________________________________

   Tôi đã học tiếng Việt ở Trường Đại học Sunny.

4. _______________________________________

   Tôi đến Việt Nam để làm việc.

5. _______________________________________

   Tôi làm việc ở Bệnh viện FV.

6. _______________________________________

   Không, tôi không phải là bác sĩ. Tôi là y tá.

제5과 시간
Bài 5. Thời gian

A 토픽 표현
CÁCH DIỄN ĐẠT THEO CHỦ ĐỀ

*** 시간에 대해 문답할 때 필요한 문장들**
(Những câu cần thiết khi hỏi đáp về thời gian)

질문 (Hỏi)	대답 (Trả lời)
Bây giờ là mấy giờ? 지금 몇 시예요?	Bây giờ là bảy giờ. 지금 7시예요.

Mấy giờ rồi?
몇 시 됐나요?
	– Ba giờ rưỡi rồi.
	  3시 반이에요.
	– Mười hai giờ kém mười (phút).
	  12시 10분전이에요.

Xin lỗi, mấy giờ rồi ạ? 시례지만 몇 시 됐습니까?	Năm giờ hai mươi phút. 5시 20분이에요.

*** 일과에 대해 문답할 때 자주 사용하는 문장들**
(Những câu thường dùng để hỏi đáp về công việc trong ngày)

질문 (Hỏi)	대답 (Trả lời)
Anh thường thức dậy lúc mấy giờ? 보통 몇 시에 일어나세요?	Tôi thường thức dậy lúc 6 giờ sáng. 저는 보통 아침 6시에 일어나요.
Anh thường ăn sáng lúc mấy giờ? 보통 몇 시에 아침식사를 하세요?	Tôi thường ăn sáng lúc 7 giờ. 저는 보통 7시에 아침을 먹어요.
Anh thường đi làm lúc mấy giờ? 보통 몇 시에 출근하세요?	Tôi thường đi làm lúc 7 giờ 30 phút. 저는 보통 7시 30분에 출근해요.
Anh thường ăn trưa lúc mấy giờ? 보통 몇 시에 점심식사를 하세요?	Tôi thường ăn trưa lúc 12 giờ. 저는 보통 12시에 점심을 먹어요.

Anh thường về nhà lúc mấy giờ? 보통 몇 시에 집에 가세요?	**Tôi thường về nhà lúc 5 giờ chiều.** 저는 보통 오후 5시에 집에 가요.
Anh thường ăn tối lúc mấy giờ? 보통 몇 시에 저녁 식사를 하세요?	**Tôi thường ăn tối lúc** 6 giờ 30 phút. 저는 보통 6시 30분에 저녁을 먹어요.
Anh thường đi ngủ lúc mấy giờ? 보통 몇 시에 주무세요?	**Tôi thường đi ngủ lúc 11 giờ đêm.** 저는 보통 밤 11시에 자요.

● 테마 단어

(Từ vựng theo chủ đề)

Tập thể dục : (아침) 운동하다

Thức dậy : 일어나다

Tắm : 목욕하다, 샤워하다

Đánh răng : 이를 닦다

Rửa mặt : 세면하다, 얼굴을 씻다

Cạo râu : 면도하다

Ăn sáng : 아침 식사(하다)

Thay quần áo : 옷을 갈아입다

Đi làm : 출근하다

Làm việc : 근무하다, 일하다

Ăn trưa : 점심 식사(하다)

Ngủ trưa : (점심 때) 낮잠을 자다

Nghỉ trưa : 점심 때 쉬다

Về nhà : 집에 가다

Ăn tối : 저녁 식사(하다)

Nghe nhạc : 음악을 듣다

Đọc báo : 신문을 읽다

Đọc sách : 책을 읽다

Xem phim : 영화를 보다

Xem ti vi : 텔레비전을 보다

Đi bơi : 수영하러 가다

Chạy bộ : 조깅하다

Đi bộ : 산책하다

Chơi : 치다, 하다, 놀다

Gôn : 골프

Quần vợt : 테니스

Bóng đá : 축구

Bóng bàn : 탁구

Bóng rổ : 농구

Bóng chuyền : 배구

Bóng chày : 야구

Bóng ném : 핸드볼

Cầu lông : 배드민턴

Thể thao : 스포츠

B 회화 🎧
HỘI THOẠI

1. 사무실에서(ở văn phòng)

Nam : Bây giờ là mấy giờ rồi, Hoa?
버이 저/여 라 머이 저/여 조이/로이, 화

Hoa : Bốn giờ rồi.
본 저/여 조이/로이

Nam : Bốn giờ rồi à?
본 저/여 조이/로이 아

Hoa : Có chuyện gì không, anh?
꼬 주엔 지 콩 아잉

Nam : Tôi phải đi sân bay.
또이 파이 디 선 바이

Hoa : Anh đi sân bay làm gì?
아잉 디 선 바이 람 지

Nam : Tôi đi sân bay đón giáo sư cũ **của** tôi.
또이 디 선 바이 돈 자오 스 꾸 꾸아 또이

Hoa : Mấy giờ máy bay đến?
머이 저/여 마이 바이 덴

Nam : 5 giờ.
남 저/여

Hoa : Anh nên đi sớm một chút, vì đường đến sân bay hay bị kẹt xe **lắm**.
아잉 넨 디 섬 못 줏, 비 드엉 덴 선 바이 하이 비 깻 쌔 람

Nam : Tôi biết rồi. Cám ơn.
또이 비엣 조이/로이. 깜 언

Hoa : Không có gì. Anh đi cẩn thận nhé.
콩 꼬 지. 아잉 디 껀 턴

남 : 화 씨, 지금 몇 시 됐어요?

화 : 4시 됐어요.

남 : 4시 됐다고요?

화 : 혹시 무슨 일이 있어요?

남 : 공항에 가야 돼요.

화 : 뭘하러 공항에 가세요?

남 : 옛 교수님을 마중하러 공항에 가요.

화 : 몇 시에 비행기가 도착해요?

남 : 5 시에요.

화 : 좀 일찍 가면 좋겠어요. 왜냐하면 공항에 가는 길이 자주 막혀요.

남 : 알았어요. 고마워요.

화 : 천만에요. 조심하게 가세요.

2. 회사에서(ở công ty)

Ông Kwon : Chào mọi người.
자오 모이 응으어이

Mai : Chào sếp.
자오 셉

Vi : Chào sếp.
자오 셉

Ông Kwon : Các cô khoẻ không?
깍 꼬 쾌 콩

Mai : Cám ơn sếp, em khoẻ.
깜 언 셉, 앰 쾌

Ông Kwon : Còn cô Vi?
꼰 꼬 비

Vi : Cám ơn sếp, em cũng khoẻ.
깜 언 셉, 앰 꿍 쾌

Mai : Cuối tuần sếp làm gì?
꾸오이 뚜언 셉 람 지

Ông Kwon : Thứ bảy tôi đi chơi gôn và ăn tối với bạn.
트 바이 또이 디 저이 곤 바 안 또이 버이 반

Chủ nhật tôi ở nhà đọc báo và xem ti vi. Còn các cô?
주 녓 또이어 냐 독 바오 바 쌤 띠비. 꼰 깍 꼬

Mai : Cuối tuần em về thăm ông bà nội ở Long An.
꾸오이 뚜언 앰 베 탐 옹 바 노이어 롱 안

Ông Kwon : ông bà nội của cô khoẻ chứ?
옹 바 노이 꾸아꼬 쾌 즈

Mai : Cám ơn sếp, ông bà nội em khoẻ **ạ**.
깜 언 셉, 옹 바 노이 앰 쾌 아

Vi : Thứ bảy, em nghỉ ở nhà còn chủ nhật em đi uống cà phê
트 바이, 앰 응이 어 냐 꼰 주 녓 앰 디 우옹 까 페

cùng **với** bạn.
꿍 버이 반

Ông Kwon : Tốt lắm, chúc các cô một tuần làm việc tốt đẹp.
똣 람, 죽 깍 꼬 못 뚜언 라 비엑 똣 댑

Mai : Cám ơn sếp.
깜 언 셉

Vi : Chúc sếp cũng như vậy ạ.
죽 셉 꽁 녀으 버이 아

권 씨 : 여러분, 안녕하세요?

마이 : 사장님, 안녕하세요?

비 : 사장님, 안녕하세요?

권 씨 : 다들 잘 지냈어요?

마이 : 고맙습니나. 저는 잘 지냈어요.

권 씨 : 비 씨는요?

비 : 고맙습니나. 저도 잘 지냈어요.

마이 : 사장님이 주말에 무엇을 하셨어요?

권 씨 : 토요일에 친구와 같이 골프 치러 가고 저녁을 먹었어요.

일요일에 집에서 신문을 읽고 텔레비전을 봤어요. 여러분은요?

마이 : 저는 주말에 롱안에 계신 할아버지, 할머니를 방문하러 갔어요.

권 씨 : 할아버지, 할머니가 다 건강하세요?

마이 : 고맙습니다. 할아버지, 할머니가 다 건강하세요.

비 : 토요일에 집에 있고 일요일에 친구와 같이 커피를 마시러 갔어요.

권 씨 : 좋아요. 좋은 일 주일이 되세요.

마이 : 고맙습니다.

비 : 사장님도 그렇게 되세요.

새 단어(Từ mới)

giờ 시	đến 도착하다	biết 알다
phải ~해야 하다	nên ~하는 것이 좋다	mọi người
đi 가다	sớm 일찍	모든 사람, 모두, 다들
sân bay 공항	một chút 조금	chơi gôn 골프를 치다
giáo sư 교수	đường 길	ăn tối 저녁 식사
cũ 옛, 오래된, 낡다	hay 자주	xem ti vi 텔레비전을 보다
máy bay 비행기	kẹt xe 차가 밀리다	đọc báo 신문을 보다

C 문법
NGỮ PHÁP

1. của

소유격을 가리키는 "của"는 한국말의 "의"와 같다.

của + 대명사 / 명사

예 Đồng hồ **của** tôi ở đâu?
　　동　호　꾸아 또이 어 더우
제 시계가 이디에 있어요?

Công ty **của** anh ấy lớn lắm.
　　꽁　띠 꾸아　아잉 어이런　　람
그의 회사가 아주 커요.

2. lắm

"lắm"은 높은 정도를 가리키는 부사인데 보통 문장 끝에서 상용된다. 뜻은 한국말의
"아주, 너무"와 비슷하다.

예 Sách này khó **lắm**.
　　사익 나이 코　람

이 책은 아주 어려워요.

Cô ấy cao **lắm**.
꼬 어이 까오 람
그녀는 키가 커요.

3. ạ

"**ạ**"는 문장 끝에서 사용되는데 존대의 뜻을 표시한다. 주로 북쪽 사람이 사용한다.

예) Em hiểu **ạ**.
앰 히에우 아
알겠습니다.

Anh ăn trưa rồi chứ **ạ**?
아잉   안   쯔아 조이/로이 즈 아
점심을 드셨지요?

4. cùng với

"**cùng với**"은 한국어의 "~와/과 같이, ~와/과 함께"에 해당한다.

예) Tôi đi về quê **cùng với** cô ấy.
또이 디 베 꿰 꿍 버이 꼬 어이
나는 그녀와 같이 고향에 가요.

Tôi ăn sáng **cùng với** giám đốc.
또이 안 상   꿍 버이 잠/얌 독
저는 사장님과 함께 아침을 먹었어요.

D 연습
LUYỆN TẬP

Ⅰ. 적합한 동사와 명사를 연결하십시오.(Ghép động từ với danh từ thích hợp)

1. chơi •
2. về •
3. uống •
4. đọc •
5. gọi •
6. đi •
7. xem •

• a. phim
• b. công ty
• c. điện thoại
• d. cà phê
• e. nhà
• f. gôn
• g. sách

Ⅱ. 적합한 명사와 형용사를 연결하십시오.(Ghép danh từ với tính từ thích hợp)

1. tóc •
2. thức ăn •
3. sách •
4. nhà •
5. cô gái •
6. tiếng Việt •
7. em bé •

• a. lớn
• b. đẹp
• c. thông minh
• d. dài
• e. dày
• f. nhanh
• g. khó

Ⅲ. 다음 질문을 답하십시오.(Trả lời các câu hỏi dưới đây)

1. Hôm qua là thứ mấy?

→ ______________________________

2. Hôm nay là thứ mấy?

→ ______________________________

3. Ngày mai là thứ mấy?

→ ______________________________

4. Tháng trước là tháng mấy?

→ ______________________________

5. Tháng này là tháng mấy?

→ ______________________________

6. Tháng sau là tháng mấy?

→ ______________________________

7. Năm trước là năm nào?

→ ______________________________

8. Năm nay là năm nào?

→ ______________________________

9. Năm sau là năm nào?

→ ______________________________

Ⅳ. 다음 글을 읽고 질문에 답하십시오.

(đọc đoạn văn dưới đây rồi trả lời câu hỏi)

> Năm nay anh Nam 30 tuổi nhưng anh ấy vẫn còn độc thân, anh Nam là nhân viên, anh ấy làm việc ở Công ty Bia Sài Gòn. Buổi sáng, anh Nam thường thức dậy lúc 6 giờ. Sau đó anh ấy đi tắm, đánh răng, rửa mặt, cạo râu, thay quần áo rồi anh ấy đi ăn sáng ở một quán phở gần công ty. Buổi sáng, anh Nam làm việc từ 8 giờ đến 12 giờ. Buổi trưa, anh ấy luôn luôn ăn trưa ở một quán ăn nhỏ đối diện công ty. Buổi chiều, anh Nam làm việc từ 1 giờ ba mươi đến 5 giờ ba mươi. Sau khi kết thúc công việc anh Nam thường về nhà và ăn tối với ba mẹ. Anh ấy ít khi đi ngủ sớm. Cuối tuần, anh Nam thường đi uống cà phê và gặp bạn bè.

질문(Câu hỏi)

1. Năm nay anh Nam bao nhiêu tuổi?

    → ______________________________________

2. Anh Nam làm việc ở đâu?

    → ______________________________________

3. Anh Nam thường ăn sáng ở đâu?

    → ______________________________________

4. Anh Nam làm việc mấy tiếng một ngày?

    → ______________________________________

5. Cuối tuần, anh Nam thường làm gì?

    → ______________________________________

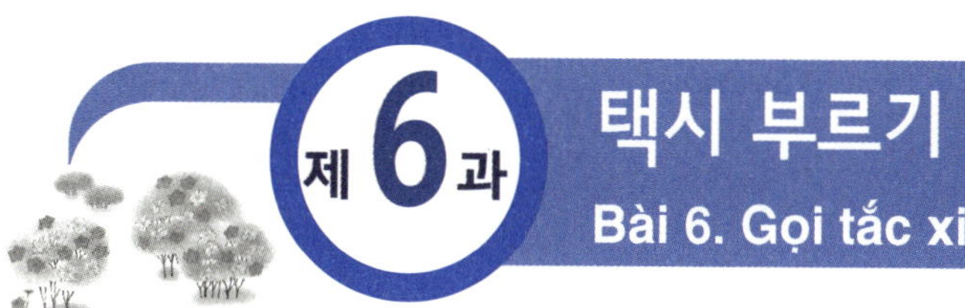

CÁCH DIỄN ĐẠT THEO CHỦ ĐỀ

* 택시를 부를 때 필요한 문장들(Những câu cần thiết khi gọi tắc xi)

질문 (Hỏi)	대답 (Trả lời)
1. Tắc xi Mai Linh, phải không ạ? 마일링 택시이지요?	1. Vâng, anh cần gì ạ? 예, 뭐 필요하세요?
2. Cho tôi một tắc xi 7 chỗ, được không? 7자리 택시를 좀 보내 주시겠어요?	2. Dạ, được. 예, 알겠어요.
3. Xin cho một tắc xi 4 chỗ đến khách sạn Rex, được không ạ? Rex호텔에 7자리 택시를 좀 보내 주시겠습니까?	3. Vâng, tôi sẽ điều xe ngay ạ. 예, 바로 보내 드리겠습니다.

◉ 테마 단어

(Từ vựng theo chủ đề)

Bao lâu : 얼나나 걸리다

Bao xa : 얼마나 멀다

Bằng : ~(으)로

Khoảng : 쯤, 약

đi thẳng : 똑바로

đi nhanh : 빨리 가다

đi từ từ : 서서히 가다

Rẽ trái / quẹo trái : 왼쪽으로 돌다

Rẽ phải / quẹo phải : 오른쪽으로 돌다

trở lại : 되돌아가다

di qua : 지나가다

Góc : 모퉁이

đối diện : 맞은편

Phiá trước : 앞

Phiá sau : 뒤

Bên trái : 왼쪽

Bên phải : 오른쪽

đường : 길

Quốc lộ : 국도

Tuyến đường : 노선

Dừng lại : 세우다

◉ 베트남의 택시 회사 전화번호
(Số điện thoại một số công ty tắc xi ở Việt Nam)

Tắc xi Mai Linh : 9 − 29 − 29 − 29

Tắc xi Vinasun : 8 − 27 − 27 − 27

Tắc xi Future : 8 − 18 − 18 − 18

Tắc xi Vina : 8 − 11 − 11 − 11

Tắc xi Chợ Lớn : 8 − 36 − 36 − 36

B 회화 🎧
HỘI THOẠI

1. 택시 부르기(Gọi tắc xi)

David : Alô, tắc xi Mai Linh, **phải không?**
알로, 딱 씨 마이 링, 파이 콩

Tổng đài viên : Vâng, đúng rồi. Anh **cần** đi đâu ạ?
벙, 둥 조이/로이. 아잉 껀 디 더우 아

David : Tôi cần đi sân bay Tân Sơn Nhất.
또이 껀 디 선 바이 떤 선 녓

Tổng đài viên : Bao giờ ạ?
바오 저/여 아

David : Sáng mai, lúc 5 giờ.
상 마이, 룩 남 저/여

Tổng đài viên : Vâng, xin anh cho biết địa chỉ.
벙, 씬 아잉 조 비엣 디아 지

David : Lô C, Chung cư Sky Garden, Phú Mỹ Hưng,
로 세, 중 끄 스카이 가던, 푸 미 흥,

đường Nguyễn Văn Linh, Quận 7
드엉 응웬 반 링, 꾸언 바이

Số điện thoại di động của tôi là 090.622.3518
소 디엔 토아이 지 동 꾸아 또이 라 콩 진 콩.사우 하이 하이.바 남 못 땀

Còn số điện thoại nhà của tôi là 410.4271
꼰 소 디엔 토아이 냐 꾸아 또이 라 본 못 콩.본 하이 바이 못

Tổng đài viên : Vâng, tôi biết rồi.
벙, 또이 비엣 조이/로이

Tôi sẽ điều xe đến đó lúc 5 giờ kém 10. Cám ơn ông.
또이 새 디에우 쌔 덴 도 룩 남 저/여 깸 므어이. 깜 언 옹

데이비드 : 여보세요, 마일링 택시이지요?
전화 교환사 : 예, 맞아요. 어디에 가세요?

데이비드	:	딴선녓 공항에 가고 싶은데요.
전화 교환사	:	언제요?
데이비드	:	내일 아침 5시요.
전화 교환사	:	예, 주소를 좀 알려 주세요.
데이비드	:	7군, Nguyen Van Linh길, Phu My Hung, Sky Garden 아파트, C동.
		제 휴대폰 전화 번호는 090.622.3518이에요.
		그리고 집 전화는 410.4271이에요.
전화 교환사	:	예, 알겠어요.
		5시 10분전에 거기에 택시를 보내 드릴게요. 고맙습니다.

2. 택시 안에서(Trên tắc xi)

Tài xế : **Mời** anh lên xe. Xin lỗi, anh đi đâu ạ?
머이 아잉 렌 쌔, 씬 로이, 아잉 디 더우 아

Messi : Cho tôi đến Trung tâm Thương mại Sài Gòn.
조 또이 덴 쯩 떰 트엉 마이 사이 곤

Tài xế : Dạ.
자/야

Messi : Làm ơn đi nhanh giùm một tí, tôi trễ rồi.
람 언 디 냐잉 줌/윰 못 띠, 또이 쩨 조이/로이

Tài xế : Xin lỗi, bây giờ trên đường nhiều xe lắm ạ.
씬 로이, 버이 저/여 쩬 드엉 녜우 쌔 람 아

Messi : Cô **hãy** rẽ trái, sau đó rẽ phải rồi đi thẳng khoảng 100 mét,
꼬 하이 재/래 짜이, 사우 도 재/래 파이 조이/로이 디 탕 쾅 못 짬 맷,

Trung tâm Thương mại Sài Gòn ở bên phải.
쯩 떰 트엉 마이 사이 곤 어 벤 파이

Tài xế : Thưa ông, đến nơi rồi ạ.
트어 옹, 덴 너이 조이/로이 아

Messi : Cô hãy dừng ở đây và chờ tôi đi tiếp nhé.
꼬 하이 증 어 더이 바 저 또이 디 띠엡 냬.

Tôi vào trong một chút sẽ ra ngay.
또이 바오 쫑 못 쯧 새 자/라 응아이

Tài xế : Dạ được.
자/야 드억

Messi : Cho tôi trả tiền tắc xi trước. Bao nhiêu tiền vậy?
조 또이 짜 띠엔 딱 씨 쯔억, 바오 녜우 띠엔 버이

Tài xế : Bốn mươi ngàn đồng.
본 므어이 응안 동

Messi : Tiền của cô đây. Đây là tờ 50.000 đồng.
띠엔 꾸아 꼬 더이. 더이 라 떠 님 므어이 응안 동

Tài xế : Mười ngàn đây ạ.
므어이 응안 더이 아

Messi : Cám ơn cô.
깜 언 꼬

운전기사 : 차를 좀 타시지요. 실례지만 어디 가세요?
메시 : 사이공 무역 센터에 가 주세요.
운전기사 : 예.
메시 : 좀 빨리 가 주세요. 저는 늦었거든요.
운전기사 : 죄송하지만 지금 길에 차가 많아요.
메시 : 왼쪽으로 가고 그 다음에 오른 쪽으로 가고 나서 100미터쯤 똑바로 가세요. 사이
공 무역 센터는 오른 쪽에 있어요.

운전기사 : 선생님, 다 왔어요.
메시 : 여기에 세우고 좀 기다려 주세요. 안에 좀 갔다가 바로 나올게요.

운전기사	:	예, 괜찮아요.
메시	:	택시비를 먼저 드릴게요. 얼마예요?
운전기사	:	40,000동이에요.
메시	:	돈이 여기 있어요. 50,000동 짜리인데요.
운전기사	:	10,000동 돌려 드릴게요.
메시	:	고맙습니다.

새 단어(Từ mới)

gọi 부르다	lên xe 차를 타다	khoảng 쯤, 약
tắc xi 택시	trung tâm 센터	bên phải 오른쪽
đúng 맞다	thương mại 무역	dừng 세우다
bao giờ 언제	trễ 늦다	trả (돈을) 내다
sáng mai 내일 아침	nhiều 많다	tiền 돈
lúc (시간) ~에	rẽ trái 왼쪽으로 돌다	bao nhiêu 얼마
lô (아파트) 동	sau đó 그 다음	ngàn 천
chung cư 아파트	rẽ phải 오른쪽으로 돌다	
kém (시간) 전	đi thẳng 똑바로 가다	

C 문법 / NGỮ PHÁP

1. phải không?

"**phải không**?"은 한국말의 "맞지요?" 또는 "지요?"와 비슷하다.

예 Alô, tắc xi Mai Linh, **phải không?**
알로, 딱시 말링, 파이 콩
여보세요, 마일링 택시이지요?

Anh là người Việt Nam **phải không**?
아잉 라 응으어이 비엣 남 파이 콩
베트남 사람이지요?

Em làm việc ở ngân hàng **phải không**?
앰 람 비엑 어 응언 항 파이 콩
은행에서 근무하지요?

2. cần

"cần"의 뜻은 한국말의 "필요하다"와 비슷하다.

예 Anh **cần** gì ạ?
아잉 껀 지 아
뭐 필요해요?

Có **cần** đến đó không?
꼬 껀 덴 도 콩
거기 가기 필요해요?

3. mời

"**mời**"는 원래 "초청하다 / 초대하다"를 의미한데 구어체에서 주로 "… (으)시지요 / (으)십시오"의 뜻으로 사용된다. 상대방에 따라 2인칭을 바꿔 사용한다.

예 **Mời** anh lên xe.
머이 아잉 렌 쌔
차를 좀 타시지요.

Mời chị vào.
머이 찌 바오
어서 오십시오.

4. hãy

"**hãy**"는 명령을 표시한데 동사 앞에서 사용된다. 뜻은 "~(으)세요, ~어 / 아 / 여라"
와 비슷하다.

hãy＋동사

 Anh **hãy** rẽ trái.
아잉　하이 재/래 짜이
왼쪽으로 가세요.

Hãy làm việc đó.
하이　람　비엑 도
그 일을 해라.

주의
CHÚ Ý

명령을 강조하고 싶으면 "đi"와 같이 사용한다.

Hãy＋동사＋**đi**

예 **Hãy** đi trước đi. 먼저 가.
하이 디 쯔억 디

D 연습
LUYỆN TẬP

I. 적합한 단어를 골라 빈 칸에 채우십시오.

(Chọn từ thích hợp điền vào chỗ trống)

> dừng, cây số, phút, giờ, tiếng

1. Từ nhà tôi đến công ty đi bằng tắc xi mất 20 _______________ .

2. Từ Hàn Quốc đến Việt Nam đi bằng máy bay mất 5 _______________ .

3. Tôi phải về nhà lúc 10 _______________ .

4. Cho tôi _______________ ở đây.

5. Nhà tôi cách trường đại học 5 _______________ .

II. 적합한 형용사를 골라 문장을 완성하십시오.

(Chọn tính từ thích hợp hoàn thành câu)

> sợ, trễ, phải, trái, thẳng

1. Làm ơn đi nhanh nhanh, tôi _______________ rồi.

2. Làm ơn đi từ từ, tôi _______________ tai nạn lắm.

3. Anh rẽ _______________ , sau đó anh đi thêm khoảng 30 mét nữa.

4. Công ty tôi ở bên _______________ .

5. Anh đi _______________ khoảng 500 mét.

Ⅲ. 종류가 다른 단어를 찾아 보십시오.(Tìm từ không cùng loại)

1. gọi, sân bay, đến, tiền, đi

2. khách sạn, nhà hàng, dừng lại, ở, ngân hàng

3. văn phòng, công ty, gần, cho, siêu thị

4. bắt đầu, tuần, mệt, tháng, năm

5. mấy giờ, ở đâu, khi nào, ở, ăn

Ⅳ. 맞는 문장을 만드십시오.(Sắp xếp các từ thành câu đúng)

1. xin lỗi, đi, muốn, đâu, các ông, ạ?

    → ____

2. tôi, đến, đón, lúc, nhé, 7 giờ, sáng mai, anh

    → ____

3. tôi, nhanh nhanh, đi, trễ, rồi, làm ơn, anh

    → ____

4. mất 30 phút, từ, đến, nhà tôi, công ty, đi, tắc xi, bằng

    → ____

5. đường Nguyễn Trãi, Quận 1, cho tôi, 4 chỗ, tắc xi, một, đến, số 22

    → ____

A　토픽 표현
CÁCH DIỄN ĐẠT THEO CHỦ ĐỀ

* 식당에 갈 때 필요한 문장들
(Những câu cần thiết khi đến nhà hàng)

질문 (Hỏi)	대답 (Trả lời)
1. Cho tôi xem thực đơn. 메뉴를 좀 보여 주세요.	1. Anh chờ một chút. Thực đơn đây ạ. 좀 기다려 주세요. 메뉴는 여기 있어요.
2. Hôm nay có món gì đặc biệt không? 오늘 뭐 특별한 음식이 있나요?	2. Hôm nay có tôm hùm nướng. 오늘 왕새우 구이 있어요.
3. Cho hai chai bia Heineken ướp lạnh nhé. 시원한 Heineken맥주 2 병 주세요.	3. Vâng, anh chờ một chút nhé. 예, 좀 기다려 주세요.
4. Tất cả bao nhiêu tiền? 모두 얼마예요?	4. Ba trăm năm mươi ngàn đồng. 350,000 동이에요.

◉ 테마 단어
(Từ vựng theo chủ đề)

chả giò : 스프링 롤

gỏi cuốn : 신선한 스프링 롤

bánh xèo : 팬케이크

bánh cuốn : 롤

bánh tráng : 쌀종이

bánh chưng : (정사각형) 찹쌀 케이크

bún bò : 소고기 국수

bún riêu cua : 게 국수

hủ tiếu : (돼지고기) 국수

phở : 퍼 (국수)

lẩu : 찌개

canh : 탕, 국

súp : 수프

cơm : 밥

cơm chiên : 볶음밥

tôm nướng : 새우 구이

cua hấp bia : 맥주와 증기로 요리한 게

mực xào : 오징어 볶음

cá hấp : 증기로 요리한 생선

gà quay : 닭 바비큐

bò nướng : 소소기 구이

B 회화
HỘI THOẠI

1. 음식을 주문하기(Gọi món ăn)

Anh Nam : Chào em.
자오 앰

Anh Han : Chào cô.
자오 꼬

Người phục vụ : Chào các anh.
자오 깍 아잉.

Xin mời các anh vào.
씬 머이 깍 아잉 바오

Anh Nam : Còn phòng máy lạnh không, em?
꼰 퐁 마이 라잉 콩 앰

Người phục vụ : Dạ còn, xin mời các anh lên tầng 2.
자/야 꼰, 씬 머이 깍 아잉 렌 떵 하이

Anh Nam : Cho anh xem thực đơn.
조 아잉 쌤 특 던

Người phục vụ : Dạ thực đơn đây ạ, mời anh xem.
자/야 특 던 더이 아, 머이 아잉 쌤

Anh Nam : Anh Han thích món gì?
아잉 한 틱 몬 지

Anh Han : Tôi thích ăn súp cua và chả giò.
또이 틱 안 숩 꾸아 바 자 조

Người phục vụ : Còn anh?
꼰 아잉

Anh Nam : Tôi **cũng** vậy.
또이 꿍 버이.

À, cho hai **chai** bia Heineken ướp lạnh nhé.
아, 조 하이 자이 비아 헤이네켄 으업 라잉 내

Người phục vụ : Vâng, hai anh chờ một chút nhé.
버잉, 하이 아잉 저 못 줏 내

Anh Nam : Em ơi, tính tiền.
앰 어이, 띵 띠엔

Anh Han : Tất cả bao nhiêu vậy, em?
떳 까 바오 녜우 버이, 앰

Người phục vụ : Dạ, 400.000 đồng ạ.
자/야, 본 짬 응인 동 아

Anh Nam : Tiền **đây**, cho anh hoá đơn đỏ nhé.
띠엔 더이, 조 아잉 화 던 도 내

Người phục vụ ： Vâng ạ.
　　　　　　　　　　병 아

남 씨	:	안녕하세요?
한 씨	:	안녕하세요?
웨이트리스	:	안녕하세요? 어서 오세요.
남 씨	:	냉방이 있어요?
웨이트리스	:	예, 있어요. 2층에 올라가세요.

남 씨	:	메뉴를 좀 보여 주세요.
웨이트리스	:	예, 여기 있어요. 보시지요.
남 씨	:	한 씨는 무슨 음식을 좋아하세요?
한 씨		저는 게 수프와 스프링 롤를 좋아해요.
웨이트리스	:	당신은요?
남 씨	:	저도 그래요. 아, 시원한 Heineken 맥주 두 병 주세요.
웨이트리스	:	예, 두 분 좀 기다려 주세요.

남 씨	:	여기요, 계산 좀 해 주세요.
한 씨	:	모두 얼마예요?
웨이트리스	:	400,000 동이에요.
남 씨	:	돈이 여기 있어요. 빨간(부가 가치세) 영수증 주세요.
웨이트리스	:	예.

2. 고급 식당에서 (ở nhà hàng)

Người phục vụ : Xin mời các anh chị vào ạ.
씬 머이 깍 아잉 지 바오 아

Nam : Nhà hàng hôm nay có món gì đặc biệt không, em?
냐 항 홈 나이 꼬 몬 지 닥 비엣 콩 앰

Người phục vụ : Hôm nay có tôm hùm nướng, chả giò hải sản và
홈 나이 꼬 똠 훔 느엉, 자 조 하이 산 바

súp cua ạ.
숩 꾸아 아

Eun Ki : Ồ, tôi rất thích súp cua.
오, 또이 젓/럿 틱 숩 꾸아

So Young : Còn tôi rất thích chả giò hải sản, anh Nam thích
꼰 또이 젓/럿 틱 자 조 하이 산, 아잉 남 틱

món gì?
몬 지

Anh Nam : Tôi thích gỏi cuốn.
또이 틱 고이 꾸온

Trước tiên, cho chúng tôi 3 chén súp cua, một đĩa
쯔억 띠엔, 조 중 또이바 잰 숩 꽈, 못 디아

chả giò hải sản và một đĩa gỏi cuốn nhé.
자 조 하이 산 바 못 디아 고이 꾸온 내

Người phục vụ : Dạ, các anh chị uống gì ạ?
자/야, 깍 아잉 지 우옹 지 아

Nam : Cho tôi một chai bia Sài Gòn đỏ ướp lạnh, Eun Ki
조 또이 못 자이 비아 사이 곤 도 으업 라잉, 은기

và So Young uống gì?
바 소영 우옹 지

Eun Ki : Tôi cũng vậy.
또이 꿍 버이

So Young : Cho tôi một ly nước ép dưa hấu, không đá và ít đường.
조 또이 못 리 느억 앱 즈어 허우, 콩 다 바 잇 드엉

Người phục vụ : Còn gì nữa không ạ?
꼰 지 느아 콩 아

Nam : Đủ rồi, **nếu** thiếu chúng tôi sẽ gọi thêm.
두 조이/로이, 네우 티에우 중 또이 새 고이 템

Người phục vụ : Các anh chị chờ một chút nhé.
깍 아잉 지 저 못 줏 내

Eun Ki : Tất cả bao nhiêu tiền?
떳 까 바오 녜우 띠엔

Người phục vụ : Hai trăm năm mươi ngàn đồng.
하이 짬 남 므어이 응안 동

Anh có lấy hoá đơn đỏ không ạ?
아잉 꼬 러이 화 던 도 콩 아

Eun Ki : Không, tôi không cần.
콩, 또이 콩 껀

Cho tôi trả tiền.
조 또이 짜 띠엔

Người phục vụ : Cám ơn các anh chị. Hẹn gặp lại.
깜 언 깍 아잉 지. 핸 갑 라이

웨이트리스	: 어서 오세요.
남	: 식당에서는 오늘 뭐 특별한 음식이 있나요?
웨이트리스	: 오늘 왕새우 구이, 해산물 스프링 롤 하고 게 수프 있어요.
은기	: 오, 나는 게 수프 좋아해요.
소영	: 나는 해산물 스프링 롤를 좋아해요. 남 씨는 무슨 음식을 좋아하세요?
남	: 나는 신선한 스프링 롤를 좋아해요. 일단, 게 수프 3개, 스프링 롤 하나, 신선한 스프링 롤 하나 주세요.
웨이트리스	: 음료수는요?
남	: 시원한 빨간 사이공 맥주 한 병 주세요. 은기와 소영은요?

은기	:	저도 그래요.
소영	:	저는 얼음 없고 설탕 적은 수박 주스 하나 주세요.
웨이트리스	:	다른 거는요?
남	:	됐어요. 부족하면 더 시킬게요.
웨이트리스	:	좀 기다려 주세요.

은기	:	모두 얼마예요?
웨이트리스	:	250,000동이에요.
		빨간(부가 가치세) 영수증 필요하세요?
은기	:	아니요, 필요 없어요.
		돈이 여기 있어요.
웨이트리스	:	고맙습니다. 또 오세요.

새 단어(Từ mới)

món ăn 음식	**ướp lạnh** 냉동한, 시원한	**gỏi cuốn** 신선한 스프링 롤
phòng 방	**chờ** 기다리다	**trước tiên** 우선, 일단
máy lạnh 에어콘	**tính tiền** 계산하다	**chén** 사발, 그릇
lên 오르다	**tất cả** 모두	**đóa** 접시
tầng 층	**hoá đơn đỏ** 빨간 영수증,	**ly** 잔
thực đơn 식단, 메뉴	부가가치세 영수증	**nước ép dưa hấu**
thích 좋아하다	**nhà hàng** 고급 식당	수박 주스
ăn 먹다	**người phục vụ** 웨이터	**đá** 얼음
súp cua 게 수프	**đặc biệt** 특별하다	**đường** 설탕
chả giò 스프링 롤	**tôm hùm** 왕새우	**thiếu** 부족하다
bia 맥주	**hải sản** 해산물	

C 문법
NGỮ PHÁP

1. cũng

"cũng"의 뜻은 한국말의 "역시, 도"와 비슷하다.

예 Tôi **cũng** vậy.
또이 꿍 버이

저도 그래요.

Anh ấy **cũng** học tiếng Việt.
아잉 어이 꿍 혹 띠엥 비엣

그도 베트남말을 베워요.

Cái này **cũng** tốt.
까이 나이 꿍 똣

이것도 좋아요.

2. chai

분류사 "**chai**"는 "병"을 뜻한다.

예 Cho năm **chai** bia ướp lạnh nhé.
조 남 자이 비아 으업 라잉 내

시원한 맥주 5 병 주세요.

Anh ấy uống hai **chai** Soju rồi.
아잉 어이 우옹 하이 자이 소주 조이 / 로이

그는 소주 2병 마셨어요.

3. đây

보통 다른 사람에게 물건을 줄 때 "···. đây"란 문형을 사용한다.

예 Quà **đây**.
꽈 더이

선물이 여기 있어요.

Tiền **đây.**

띠엔   더이

돈이 여기 있어요.

4. Nếu ⋯ thì ⋯

조건 구조 "Nếu⋯ thì⋯"는 한국어의 "~(으)면 / ~(으)거든"과 비슷하다.

㉥ **Nếu** rẻ **thì** tôi sẽ mua cho nó.

네우 재/래 티 또이 새 무아   조   노

값이 싸면 그에게 사 줄 거예요.

Nếu nghỉ ngơi **thì** sẽ mau hồi phục.

네우 응이 응어이 티 새 마우 호이 푹

좀 쉬면 일찍 회복할 것이다.

D 연습
LUYỆN TẬP

Ⅰ. 적합한 형용사를 골라 빈 칸에 채우십시오.

(Tìm tính từ thích hợp điền vào chỗ trống)

1. Món ăn Việt Nam rất _______________ .

2. Nhà hàng đó rất _______________ .

3. Người phục vụ ở đây rất _______________ .

4. Ở Việt Nam có _______________ loại trái cây.

5. Trái cây ở Việt Nam không _______________ .

Ⅱ. 적합한 전치사를 골라 빈 칸에 채우십시오.

(Tìm giới từ thích hợp điền vào chỗ trống)

1. Chúng tôi ăn trưa _______________ nhà hàng Hàn Quốc.

2. Anh ấy đi công ty _______________ 7 giờ sáng.

3. Tôi học tiếng Việt _______________ công ty.

4. Đêm qua cô ấy đã gọi điện _______________ tôi.

5. Tôi đã ăn tối _______________ ông Vinh.

Ⅲ. 적합한 단어를 빈 칸에 채우십시오.(điền từ thích hợp vào chỗ trống)

1. Tôi _______________ thích ăn bún bò. Tôi thích ăn phở.

2. Anh ấy uống bia _______________, tôi uống nước cam.

3. Chị Hoa mua cá, chị ấy không _______________ cua.

4. Hôm qua, tôi đã _______________ chả giò và bánh xèo.

5. Chúng tôi không _______________ chả giò, chúng tôi gọi gỏi cuốn.

6. Họ rất thích _______________ bia nhưng họ không thích
   _______________ rượu.

7. Anh ấy không _______________ thuốc lá.

Ⅳ. 적합한 단어를 골라 빈 칸에 채우십시오.

(Chọn từ thích hợp điền vào chỗ trống)

> rau, thích, uống, mập, cá, thuốc lá, rượu, hải sản

   Anh Thắng và anh Toàn là bạn thân của nhau. Anh Thắng thì ốm nhưng anh Toàn thì _______________. Các anh ấy không _______________ ăn thịt bò cũng không thích ăn thịt heo, các anh ấy chỉ thích ăn _______________, _______________ và _______________. Anh Thắng và anh Toàn rất ghét _______________. Các anh ấy không bao giờ hút thuốc lá. Anh Thắng và anh Toàn ít khi uống _______________. Các anh ấy chỉ thích _______________ cà phê hoặc uống bia.

A 토픽 표현
CÁCH DIỄN ĐẠT THEO CHỦ ĐỀ

* 은행에서 이야기할 때 필요한 문장들
(Những câu cần thiết khi giao tiếp ở ngân hàng)

질문 (**Hỏi**)	대답 (**Trả lời**)
1. Anh cần gì ạ? 뭐 드릴까요?	1. Tôi muốn cắt tóc. 이발하고 싶어요.
2. Xin mời bà vào. 어서 오십시오.	2. Tôi muốn làm đầu. 머리하고 싶어요.
3. Ông cắt tóc hay gội đầu ạ? 이발할까요? 머리를 감을까요?	3. Tôi muốn gội đầu. 머리를 감고 싶어요.

◉ 테마 단어
(Từ vựng theo chủ đề)

Mười : 십

Trăm : 백

Ngàn / nghìn : 천

Triệu : 백만

Tỷ : 십억

Đồng : 동(베트남의 화폐 단위)

Đô la : 달러

Euro : 유러

Bảng Anh : 영국 파운드

Nhân dân tệ : 인민폐(중국의 화폐 단위)

Yên Nhật : 일본 엔

Won : 원

Mật mã : 비밀 번호

Tỷ giá : 환율

B 회화 🎧 HỘI THOẠI

1. 수표를 바꾸기(đổi ngân phiếu)

용호 씨는 수표를 현금으로 바꾸러 은행에 갔어요. 은행 직원이 그와 카운터에서 접촉하고 있다.(Anh Yong Ho đến ngân hàng để đổi ngân phiếu ra tiền mặt. Nhân viên ngân hàng(NVNH) đang tiếp ông tại quầy)

NVNH : Ông cần gì ạ?
옹 껀 지아

Yong Ho : Tôi muốn đổi ngân phiếu du lịch này **ra** tiền mặt.
또이 무온 도이 응언 피에우 주/유 릭 나이 자/라 띠엔 맛

NVNH : Mời ông đến quầy số 7.
머이 옹 덴 꾸어이 소 바이

Yong Ho : Cô đổi giúp ngân phiếu du lịch này ra tiền mặt.
꼬 도이 줍/윱 응언 프에우 주/유 릭 나이 자/라 띠엔 맛

NVNH : Ông cần loại tiền nào ạ?
옹 껀 로아이 띠엔 나오 아

Yong Ho : Cho tôi tiền Việt, loại 500.000 đồng.
조 또이 띠엔 비엣, 로아이 남 짬 응인 동

NVNH : Xin ông vui lòng chờ một chút.
씬 옹 부이 롱 저 못 줏

Yong Ho : Không sao.
콩 사오

NVNH : Tiền của ông đây ạ.
띠엔 꾸아 옹 더이 아

Yong Ho : Cám ơn cô, tạm biệt.
깜 어 꼬, 땀 비엣

은행 직원 : 무엇을 드릴까요?

용호 : 이 여행 수표를 현금으로 바꾸고 싶어요.

은행 직원 : 7번 카운터 쪽으로 가세요.

용호 : 이 여행 수표를 현금으로 바꿔 주세요.

은행 직원 : 어떤 짜리 돈을 원하세요?

용호 : 베트남 돈 500,000 동 짜리 주세요.

은행 직원 : 잠깐만 기다려 주세요.

용호 : 괜찮아요.

은행 직원 : 돈이 여기 있어요.

용호 : 고맙습니다. 안녕히 가세요.

2. 환전(đổi tiền)

Linda : Chào chị, tôi muốn đổi tiền.
자오 지, 또이 무온 도이 띠엔

NVNH : Xin lỗi, bà muốn đổi tiền gì ạ?
씬 로이, 바 무온 도이 띠엔 지 아

Lin da : Tôi muốn đổi đô la Mỹ.
또이 무온 도이 돌라 미

NVNH : Đổi **sang** tiền Việt phải không ạ?
도이 상 띠엔 비엣 파이 콩 아

Lin da : Vâng. Tỷ giá hôm nay là bao nhiêu vậy?
벙. 띠 자/야 홈 나이 라 바오 네우 버이

NVNH : Tỷ giá hôm nay là 1 đô la Mỹ đổi được 16.145 đồng.
띠 자/야 홈 나이 라 못 돌라 미 도이 드억 므어이 사우 응안 못 짬 본 므어이 람 동

Bà muốn đổi bao nhiêu?
바 무온 도이 바오 녜우

Lin da : Tôi đổi một ngàn đô la.
또이 도이 못 응안 돌라

NVNH : **Xin** bà vui lòng chờ một chút.
씬 바 부이 롱 저 못 쭛

Linda : Được.
드억

NVNH : Thưa bà, đây là 16.145.000 đồng.
트아 바, 더이 라 므어이 사우 찌에우 못 짬 본 므어이 람 응안 동

Linda : Làm ơn đổi lại cho tôi 20 tờ 500.000 đồng, được không?
람 언 도이 라이 조 또이 하이 므어이 떠 남 짬 응안 동, 드억 콩

NVNH : Dạ được, tiền của bà đây.
자/야 드억, 띠엔 꾸아 바 더이

Linda : Cám ơn nhiều.
깜 언 녜우

NVNH : Cám ơn bà, hẹn gặp lại bà lần sau nhé.
깜 언 바, 핸 갑 라이 바 런 사우 내

린다 : 안녕하세요? 돈을 좀 바꾸고 싶어요.

은행 직원 : 실례지만 무슨 돈을 바꾸고 싶으세요?

린다 : 미화를 바꾸고 싶어요.

은행 직원 : 베트남 돈으로 바꾸시지요?

린다 : 예. 오늘 환율이 얼마예요?

은행 직원 : 오늘 환율은 1달러가 16,145동에 해당해요. 얼마 바꾸고 싶으세요?

린다 : 천 달러를 바꾸고 싶어요.

은행 직원 : 잠깐만 기다려 주세요.

린다 : 괜찮아요.

은행 직원 : 16,145,000동이에요.

린다 : 500,000동 짜리 20장으로 바꿔 주실 수 있어요?

은행 직원 : 예, 괜찮아요. 돈이 여기 있어요.

린다   : 대단히 감사합니다.

은행 직원   : 감사합니다. 또 오십시오.

3. 현금카드 만들기(Làm thẻ rút tiền)

NVNH   : Chào cô.
자오   꼬

Yoko   : Chào chị.
자오   지

NVNH   : Cô cần gì ạ?
꼬   껀 지 아

Yoko   : Tôi muốn làm thẻ rút tiền.
또이 무온   람   태 줏/룻 띠엔

NVNH   : Cô **đã** mở tài khoản **chưa**?
꼬 다 머 따이 콴   즈어

Yoko   : Rồi ạ.
조이/로아 아

NVNH   : Xin mời cô điền đầy đủ thông tin vào mẫu này **rồi** ký tên.
씬 머이 꼬 디엔 더이 두 통   띤 바오 머우 나이 조이/로이 끼 뗀

Sau đó mang lại đây cho tôi.
사우 도   망 라이 더이 조 또이

Yoko   : Cám ơn chị.
깜 언 지

은행 직원   : 안녕하세요?

요코   : 안녕하세요?

은행 직원   : 무엇을 원하세요?

요코   : 현금 카드를 만들고 싶어요.

은행 직원   : 통장을 만드셨어요?

요코   : 예, 만들었어요.

은행 직원   : 이 양식에 정보를 다 적고 나서 사인 하세요.

그 다음에 여기에 갖다 주세요.

요코　　：　고맙습니다.

새 단어(Từ mới)

đổi tiền 환전하다	vui lòng	thẻ rút tiền 현금카드
ngân hàng 은행	(즐겁게)…. ~해 주세요	mở 열다, 만들다
đổi 바꾸다	muốn 원하다	tài khoản 계좌, 통장
ngân phiếu du lịch	đô la Mỹ 미화	điền 채우다
여행 수표	tỷ giá 환율	đầy đủ 충분하다
tiền mặt 현금	một ngàn 천	thông tin 정보
quầy 카운터	tờ 화폐	ký tên 사인하다
loại 종류	lần sau 다음 번	mang 가지다

C 문법
NGỮ PHÁP

1. ra / sang

"**ra / sang**"은 한국어의 "~(으)로"와 비슷하다.

예 Đổi **sang** tiền Việt phải không ạ?
　　도이　상　띠엔　비엣　파이　콩　아
베트남 돈으로 바꾸시지요?

Tôi muốn đổi ngân phiếu này **ra** tiền mặt.
또이　무온　도이　응언　폐우　나이　자/라 띠엔 맛
이 여행 수표를 현금으로 바꾸고 싶어요.

2. Xin

인사나 감사 등에서 사용하는 말인데 겸손하거나 예의 바른 태도를 표시한다.

㈜ **Xin** cảm ơn.
　　씬　깜 언
감사합니다.

Xin chào giáo sư.
　　씬　　자오 자오 / 야오 스
교수님, 안녕하십니까?

Xin vui lòng cho tôi gặp anh Tú.
　　씬 부이 롱　조 또이 갑 아잉 뚜
뚜 씨 좀 바꿔 주세요.

3. ⋯đã ⋯chưa?

"⋯đã⋯ chưa?" 구조는 과거질문으로 사용된다. 한국어의 "⋯ 했습니까? / ⋯했어요?"와 비슷하다.

$$đã + 동사 + chưa?$$

㈜ Anh **đã** về nhà **chưa**?
　　아잉 다 베 냐　즈어
집에 가셨어요?

Cô **đã** chuẩn bị xong **chưa**?
　　꼬 다 주언 비 쏭　　즈아
준비 다 되었어요?

"**đã**"를 생략해도 문제가 없다.

㈜ Chị ăn cơm **chưa**? (누나는) 밥을 먹었어요?
　지 안 껌　즈어

4. rồi

"**rồi**"는 한국어의 "~고 / ~고 나서"와 비슷하다.

예 **Ăn** sáng **rồi** hãy đi.
안   상 조이/로이 하이 디

아침을 먹고 가세요.

Hãy điền thông tin vào mẫu này **rồi** ký tên.
하이 디엔   통   띤 바오 머우 나이 조이/로이 끼 뗀

이 양식에 정보를 채우고 사인하세요.

D 연습
LUYỆN TẬP

Ⅰ. 적합한 동사를 찾고 빈 칸에 채우십시오.

(Tìm động từ thích hợp điền vào chỗ trống)

1. Xin lỗi, ông _______________ gì ạ?

2. Dạ, tôi _______________ đổi tiền.

3. Ông _______________ bao nhiêu?

4. Tôi _______________ 300 đô la Mỹ.

5. Xin mời ông _______________ quầy số 7.

Ⅱ. 적합한 명사를 찾고 빈 칸에 채우십시오.

(Tìm danh từ thích hợp điền vào chỗ trống)

1. Anh Nam đi _______________ để đổi _______________.

2. Anh Lộc đi _______________ để làm _______________ rút tiền.

3. Xin lỗi, bà có _______________ ở ngân hàng chúng tôi chưa ạ?

4. Chưa, hôm nay tôi đến để mở _______________.

5. Tôi có 2 sổ _______________ ở Ngân hàng Shinhan.

Ⅲ. 다음 숫자를 글로 쓰십시오.(Viết ra chữ các số dưới đây)

> **보기 Mẫu**　　2003 → hai nghìn lẻ ba

a. 573　　→ __________________________

b. 1253　　→ __________________________

c. 6087　　→ __________________________

d. 234.890　　→ __________________________

e. 1.245.091　　→ __________________________

f. 50.521.439　　→ __________________________

g. 38.678.905　　→ __________________________

Ⅳ. 다음 표현을 숫자로 쓰십시오.(Viết ra số các chữ số dưới đây)

> **보기 Mẫu**　　một nghìn chín trăm bảy mươi chín → 1979

1. ba trăm năm mươi tám　　→ ______________

2. chín ngàn hai trăm lẻ năm　　→ ______________

3. bảy ngàn hai trăm tám mươi sáu　　→ ______________

4. bốn triệu ba trăm tám mươi sáu nghìn　　→ ______________

5. mười triệu tám trăm hai mươi sáu ngàn sáu trăm →　______________

6. sáu tỷ bảy trăm năm mươi lăm triệu　　→ ______________

7. một trăm tỷ　　→ ______________

제 9과 쇼핑하기
Bài 9. Mua sắm

A 토픽 표현
CÁCH DIỄN ĐẠT THEO CHỦ ĐỀ

* 쇼핑할 때 필요한 문장들(Những câu cần thiết khi mua sắm)

파는 사람 (Người bán)	사는 사람 (Người mua)
1. Cô cần gì ạ? 뭘 드릴까요?	1. Tôi muốn mua quần jean. 청바지를 사고 싶어요.
2. Tôi có thể giúp gì cho ông? 뭐 도와 드릴 수 있는 게 있어요?	2. Tôi muốn mua áo sơ mi. 셔츠를 사고 싶어요.
3. Bà muốn mua gì ạ? 무엇을 사고 싶으세요?	3. Tôi muốn mua áo dài. 아오자이를 사고 싶어요.

 테마 단어

(Từ vựng theo chủ đề)

Dài : 길다

Ngắn : 짧다

Gần : 가깝다

Xa : 멀다

To / lớn : 크다

Nhỏ / bé : 작다

Mắc / đắt : 비싸다

Rẻ : 싸다

Cũ : 오래 되다, 낡다, 헌~

Mới : 새, 새롭다

Rộng : 넓다

Hẹp : 좁다

áo sơmi : 셔츠

áo sơ mi tay dài : 와이셔츠

áo thun : 티셔츠

áo tắm : 수영복

áo ấm : 스웨터

cà vạt : 넥타이

dây nịt : 허리띠

dù : 우산, 양산

quần : 바지

quần bò / quần jean : 청바지

quần đùi : 반바지

váy : 치마

giày : 신발, 구두

giày thể thao : 운동화

dép : 슬리퍼

tất / vớ : 양말

túi xách : 가방

mắt kính : 안경

đồng hồ : 시계

B 회화 🎧
HỘI THOẠI

1. 옷 가게에서 (ở cửa hàng quần áo)

Người bán hàng	: Xin mời anh vào. 씬 머이 아잉 바오
Anh Jack	: Chào cô. 자오 꼬
	Cô cho tôi xem chiếc áo sơ mi **kia**. 꼬 조 또이 쌤 지엑 아오 서 미 끼아
Người bán hàng	: Anh cần cỡ nào ạ? 아잉 껀 꺼 나오
Anh Jack	: Cỡ trung bình. 꺼 쫑 빙
Người bán hàng	: Đây ạ. Chiếc này **trông** vừa với anh. 더이 아. 지엑 나이 쫑 브어 버이 아잉
Anh Jack	: Đúng thế. Trông vừa lắm. 둥 테. 쫑 브아 람
	Chiếc áo sơ mi này giá bao nhiêu ạ? 지엑 아오 서 미 나이 자/야 바오 녜우 아
Người bán hàng	: Một trăm hai mươi ngàn đồng. 못 짬 하이 므어이 응안 동
Anh Jack	: Cô làm ơn gói lại **giúp**. Tiền đây ạ. 꼬 람 언 고이 라이 줍/윰. 띠엔 더이 아
Người bán hàng	: Cám ơn anh. 깜 언 아잉

파는 사람	: 어서 오세요.
잭	: 안녕하세요?
	저 셔츠를 보여 주세요.
파는 사람	: 어떤 사이즈를 원하세요?

잭	:	보통 사이즈요.
파는 사람	:	여기 있어요. 이건 어울려 보이는데요.
잭	:	그래요. 어울려 보여요.
		이 셔츠는 얼마예요?
파는 사람	:	120,000동이에요.
잭	:	좀 포장해 주세요. 돈이 여기 있어요.
파는 사람	:	고맙습니다.

2. 신발 가게에서 (ở cửa hàng giày dép)

Người bán hàng : Xin mời chị vào.
씬 머이 지 바오

Chị Anna : Tôi muốn mua một đôi giày thể thao.
또이 무온 무아 못 도이 자이/야이 테 타오

Ở đây có bán không ạ?
어 더이 꼬 반 콩 아

Người bán hàng : Dạ có. Số nào, thưa chị?
자/야 꼬, 소 나오? 트아 지

Chị Anna : Tôi cần số 39.
또이 껀 소 바 므어이 진

Người bán hàng : Đây ạ, mời chị mang thử.
더이 아, 머이 지 망 트

Chị thấy **thế nào**?
지 터이 테 나오

Chị Anna : Vừa lắm. Được rồi, tôi lấy đôi này.
브아 람. 드억 조이/로이, 또이 러이 도이 나이

Đôi giày này bao nhiêu tiền ạ?
도이 자이/야이 나이 바오 녜우 띠엔 아

Người bán hàng : Một trăm năm mươi ngàn đồng.
못 짬 남 므어이 응안 동

Chị Anna : Cô thối lại tôi năm mươi ngàn.
꼬 토이 라이 또이 남 므어이 응안

Người bán hàng : Vâng, tiền của chị đây. Cám ơn chị.
벙, 띠엔 꾸아 지 더이. 깜 언 지

Chị Anna : Cám ơn cô.
깜 언 꼬

파는 사람 : 어서 오세요.

안나 : 운동화 하나 사고 싶은데요.

여기서 팔아요?

파는 사람 : 예, 팔아요. 어떤 사이즈요?

안나 : 39번요.

파는 사람 : 여기 있어요. 신어 보세요.

어떠세요?

안나 : 맞는데요. 이걸 살게요.

얼마예요?

파는 사람 : 150,000동이에요.

안나 : 50,000동을 돌려 주세요.

파는 사람 : 예, 돈이 여기 있어요.

안나 : 고맙습니다.

새 단어(Từ mới)

cửa hàng 가게	vừa 어울리다	thể thao 스포츠
quần áo 옷	giá 값, 가격	bán 팔다
áo sơ mi 셔츠	gói lại 싸다, 포장하다	số 번, 호
cỡ 사이즈	giày dép 신발	mang thử 신어보다
trung bình 보통, 중간	giày 구두	thối lại (거스름돈을) 돌리다

C 문법
NGỮ PHÁP

1. "đây, kia, đấy, đó"

"**đây, kia, đấy, đó**"는 위치를 가리키는 대명사이다.

* **đây** : 화자와 청자에서 가까운 사물이나 사람을 가리킨다.(chỉ sự vật hay người nào đó ở gần người nói và người nghe)

* **kia** : 화자와 청자에서 먼 사물이나 사람을 가리킨다.(chỉ sự vật hay người nào đó ở xa người nói và người nghe)

* **đấy** : 화자에서 멀지만 청자에서 가까운 사물이나 사람을 가리킨다.(chỉ một sự vật hay người nào đó ở xa người nói nhưng gần người nghe)

* **đó** : 화자와 청자가 이미 알고 있는 사물이나 사람을 가리킨다.(chỉ sự vật hay người nào đó mà cả người nói và người nghe đều đã biết rồi)

예 **Đây** là xe máy của tôi.
더이 라 쌔 마이 꾸아 또이
이것이 내 오토바이이에요.

Kia là siêu thị Zen Plaza.
끼아 라 셰우 티 잰 플라자
저것이 Zen Plaza 백화점이에요.

Đấy là cô Mai.
더이 라 꼬 마이
그 사람은 Mai씨예요.

Đó là cô giáo tiếng Việt của chúng tôi.
도 라 꼬 자오 띠엥 비엣 꾸아 중 또이
그분은 우리 베트남말 선생님이에요.

2. trông

"**trông**"의 뜻은 한국어의 "~어 / 아 / 여 보이다"와 비슷하다. "**trông**"은 형용사 앞
에서 사용된다.

trông + 형용사

예 Cái này **trông** chắc chắn.
까이 나이　쫑　작　잔
이것이 튼튼해 보여요.

Cô ấy **trông** dễ thương.
꼬 어이　쫑　제/예 트엉
그녀는 귀여워 보여요.

"**trông**"은 보통 "**có vẻ**"와 같이 사용된다. 뜻은 차이가 없다.

예 Anh ấy **trông có vẻ** buồn. 그는 슬퍼 보여요.
아잉 어이　쫑　꼬 배　부온

3. ··· giúp / giùm / hộ

한국어의 "~어 / 아 / 여 주다"와 비슷하다. 보통 부탁할 때 사용하는 말인데 동사 뒤에
서 사용된다.

동사 + giúp / giùm / hộ

예 Cô làm ơn gói lại **giúp**.
꼬 람　언 고이 라이 줍/웁
좀 싸 주세요.

Mua **giùm** tôi cái đó với.
무아　줌　또이 까이 도이 버이
그것을 좀 사 주세요.

Xách **hộ** tôi túi này.

싸익　호 또이 뚜이 나이

이 가방을 좀 들어 주세요.

4. thế nào

의문대명사 "**thế nào**"는 "어떻다"를 의미한다. 보통 상태, 성질, 방식에 대해 물어보고 싶을 때 사용한다.

(예) 가 : Người đó **thế nào**?

응으어이　도　테　나오

그 사람이 어때요?

나 : Người đó tốt lắm.

응으어이　도　똣　람

그 사람이 참 좋아요.

D 연습
LUYỆN TẬP

I. "đây, kia, đấy, đó"를 골라서 빈 칸에 채우십시오

(Chọn và điền các từ "đây, kia, đấy, đó" vào chỗ trống)

1. Chợ _________________ thế nào?

2. Chợ _________________ rất lớn.

3. _________________ là ai?

4. _________________ anh trai tôi.

5. _________________ là áo dài mới của tôi.

6. Túi xách _________________ mắc.

Ⅱ. 다음 대답에 질문을 만드십시오.(Đặt câu hỏi cho các câu trả lời sau)

1. ______________________________________

   Đây là sách tiếng Việt.

2. ______________________________________

   Đó là anh Trung.

3. ______________________________________

   Kia là cửa hàng thời trang.

4. ______________________________________

   Đấy là con chó.

5. ______________________________________

   Đây là bạn trai của tôi.

Ⅲ. 반의어를 골라 빈 칸에 채우십시오.

(Chọn tính từ trái nghĩa điền vào chỗ trống)

> ngắn, rẻ, mới, nhỏ, gần

1. Áo dài của tôi **cũ** rồi. Ngày mai tôi sẽ đi mua áo dài ______________ .

2. Áo sơ mi này hơi **lớn**. Có cái nào ______________ hơn không, cô?

3. Đôi giày này hơi **đắt**. Chị cho tôi xem đôi ______________ hơn được không?

4. Quần bò này ______________ quá. Có cái nào **dài** hơn không, chị?

5. Từ nhà tôi đến siêu thị không **xa** nhưng cũng không ______________ .

Ⅳ. 맞는 대화를 정리하십시오.(Sắp xếp thành bài hội thoại đúng)

1. Tôi mua hôm qua.

    → ____

2. Chị mua ở đâu?

    → ____

3. Tất nhiên. Cuối tuần tôi sẽ đi mua.

    → ____

4. Chị nên mua một cái.

    → ____

5. Tôi mặc thử được không?

    → ____

6. Ở Diamond Plaza.

    → ____

7. Chị Linh. Chị thấy áo khoác mới của tôi thế nào?

    → ____

8. Được chứ. Xin mời chị mặc thử.

    → ____

9. Ồ, đẹp lắm. Chị mua khi nào vậy?

    → ____

10. Thế à? Tôi cũng thấy vậy.

    → ____

11. Ồ, cũng rất hợp với chị.

    → ____

A 토픽 표현
CACH DIỄN ĐẠT THEO CHỦ ĐỀ

*** 시장에서 거래할 때 필요한 문장들**
(Những câu cần thiết khi mua bán ở chợ)

파는 사람 (Người bán)	사는 사람 (Người mua)
1. Chị muốn mua gì ạ? 무엇을 사고 싶으세요?	1. Tôi muốn mua thịt bò. 소고기를 사고 싶어요.
2. Chị mua thịt gà đi. 닭고기 사세요.	2. Bao nhiêu một ký? 1킬로에 얼마예요?
3. Mua thịt heo đi, chị. 언니, 돼지고기 사세요.	3. Bao nhiêu một cân vậy? 한 근에 얼마예요?

 테마 단어
(Từ vựng theo chủ đề)

Cá : 생선

Tôm : 새우

Cua : 게

Ghẹ : (얇은) 게

Mực : 오징어

Thịt bò : 소고기

Thịt heo : 돼지고기

Thịt gà : 닭고기

Rau cải : 야채

Rau muống : 미나리와 비슷한 야채

Bắp cải : 양배추

Bắp cải trắng : 배추

Bông cải : 콜리플라워

Bông cải xanh : 브로콜리

Dưa leo : 오이

Cà chua : 토마토

Cà rốt : 당근

Khoai tây : 감자

Hành : 파

Củ hành : 양파

Tỏi : 마늘

Ớt : 고추

Chanh : 레몬

Trái cây : 과일

Cam : 오렌지

Chuối : 바나나

Nho : 포도

Táo : 사과

Lê : 배

Chôm chôm : 램부탄

Măng cụt : 망고스틴

Dưa hấu : 수박

Nhãn : 용안

Xoài : 망고

Vải : 리치

Quýt : 귤

B 회화 🎧
HỘI THOẠI

1. 고기 가게에서 (ở cửa hàng thịt)

Người bán hàng : Chị muốn mua thịt gì ạ?
지 무온 무아 팃 지 아

Người mua : Tôi muốn mua **một ít** thịt bò và thịt heo.
또이 무온 무아 못 잇 팃 보 바 팃 해오

Người bán hàng : Chị mua mấy ký?
지 무아 머이 끼

Người mua : Cho tôi một ký thịt heo và nửa ký thịt bò.
조 또이 못 끼 팃 해오 바 느아 끼 팃 보

Người bán hàng : Vâng, **chỉ** thế **thôi** ạ?
벙, 지 테 토이 아

Người mua : Vâng, thế thôi. Tất cả bao nhiêu tiền?
벙, 테 토이. 떳 까 바오 녜우 띠엔

Người bán hàng : Một trăm mười lăm ngàn.
못 짬 므어이 람 응안

Người mua : Cho tôi trả tiền.
조 또이 짜 띠엔

Người bán hàng : Cám ơn, lần sau chị lại đến nhé.
깜 엄, 런 사우 지 라이 덴 내

파는 사람 : 무슨 고기를 사고 싶으세요?

사는 사람 : 소고기와 돼지고기를 좀 사고 싶은데요.

파는 사람 : 몇 킬로 사실 거예요?

사는 사람 : 소고기 1킬로, 돼지고기 500그램 주세요.

파는 사람 : 예, 그 정도만요?

사는 사람 : 예, 그 정도만요. 모두 얼마예요?

파는 사람 : 115,000동이에요.

사는 사람 : 돈이 여기 있어요.

파는 사람 : 고맙습니다. 또 오세요.

2. 야채 가게에서 (ở hàng rau quả)

Người bán : Chị muốn mua rau gì ạ?
지 무온 무아 자우/라우 지 아

Người mua : Tôi muốn mua một ký bông cải xanh.
또이 무온 무아 못 끼 봉 까이 싸잉

Người bán : Có bắp cải rất tươi. Chị mua nhé?
꼬 밥 까이 젓/럿 뜨어이. 지 무아 내

Người mua : Vâng, cho tôi khoảng hai ký.
벙, 조 또이 쾅 하이 끼

Người bán : Chị cần mua thêm gì nữa không ạ?
지 껀 무아 템 지 느아 콩 아

Người mua : Một ký cà chua, nửa ký khoai tây, nửa ký cà rốt và
못 끼 까 주아, 느아 끼 쾨이 떠이, 느아 끼 까 롯 바

một ít hành lá.
못 잇 하잉 라

Tất cả bao nhiêu tiền?
떳 까 바오 녜우 띠엔

Người bán : Sáu mươi ngàn đồng.
사우 므어이 응안 동

Người mua : Cho tôi trả tiền.
조 또이 짜 띠엔

Người bán : Cám ơn chị. Hẹn gặp lại chị lần sau.
깜 언 지. 핸 갑 라이 지 런 사우

파는 사람 : 무슨 야채를 사고 싶으세요?

사는 사람 : 브로콜리 1킬로 사고 싶어요.

파는 사람 : 아주 신선한 배추 있는데 사실까요?

사는 사람 : 예, 2킬로쯤 주세요.

파는 사람 : 다른 것을 더 사고 싶으세요?

사는 사람	:	토마토 1킬로, 감자500그램, 당근500그램 그리고 파 좀 주세요.
		모두 얼마예요?
파는 사람	:	60,000동이에요.
사는 사람	:	돈이 여기 있어요.
파는 사람	:	고맙습니다. 다음에 또 만나요.

3. 과일 가게에서(ở cửa hàng trái cây)

Người bán hàng : Chị muốn mua trái cây **gì** ạ?
지 무온 무아 짜이 꺼이 지 아

Người mua : Tôi muốn mua nho.
또이 무온 무아 뇨

Người bán hàng : Chị muốn mua nho Mỹ hay nho Thái Lan?
지 무온 무아 뇨 미 하이 뇨 타이 란

Người mua : Nho Mỹ. Chị bán cho tôi một ký nhé.
뇨 미. 지 반 조 또이 못 끼 내

Người bán hàng : Chị mua gì nữa không ạ?
지 무아 지 느아 콩 아

Ở đây có nhiều loại trái cây lắm.
어 더이 꼬 녜우 로아이 짜이 꺼이 람

Xin mời chị ăn **thử**.
씬 머이 지 안 트

Người mua : Táo và cam này trông ngon quá.
따오 바 깜 나이 쫑 응온 꽈

Chị bán cho tôi một ký táo và hai ký cam nhé.
지 반 조 또이 못 끼 따오 바 하이 끼 깜 내

Người bán hàng : Dạ.
자/야

Người mua : Bao nhiêu tiền?
바오 녜우 띠엔

Người bán hàng : Một trăm bốn chục ngàn.
못 짬 본 죽 응안

Người mua : Cho tôi trả tiền.
조 또이 짜 띠엔

Người bán hàng : Cám ơn chị.
깜 언 지

파는 사람 : 무슨 과일을 사고 싶으세요?

사는 사람 : 포도를 사고 싶어요.

파는 사람 : 미국 포도를 사고 싶으세요? 태국 포도 사고 싶으세요?

사는 사람 : 미국 포도요. 1킬로 주세요.

파는 사람 : 딴 것 더 사세요? 여기에는 여러가지 과일이 있어요. 드셔 보세요.

사는 사람 : 사과 하고 오렌지가 맛있어 보여요. 사과 1킬로 하고 오렌지 2킬로
주세요.

파는 사람 : 예.

사는 사람 : 얼마예요?

파는 사람 : 140,000동이에요.

사는 사람 : 돈이 여기 있어요.

파는 사람 : 고맙습니다.

새 단어(Từ mới)

thịt 고기	thế thôi 그 정도만	hành lá 파
thịt bò 소고기	rau quả 야채와 과일	trái cây 과일
thịt heo 돼지고기	bông cải xanh 브로콜리	nho 포도
mấy 몇	bắp cải 배추	táo 사과
kyù 킬로그램	tươi 신선하다	cam 오렌지
người mua 사는 사람	cà chua 토마토	trông ~어 / 아 / 여 보이다
nửa 반	khoai tây 감자	ngon 맛있다
người bán hàng 파는 사람	cà rốt 당근	

 C 문법 NGỮ PHÁP

1. một ít

"**một ít**"는 "약간, 조금"을 뜻한다. 보통 명사 앞에서 사용된다.

một ít + 명사

예 Cho tôi **một ít** đường.
　　조　또이　못 잇　드엉
설탕 약간 주세요.

Tôi muốn mua **một ít** thịt bò.
또이　무온　무아　못 잇 팃 보
소고기를 좀 사고 싶은데요.

2. chỉ … thôi

"chỉ… thôi" 구조는 한국어의 "오직, 오로지" 또는 "만"에 해당한다.

예 Chị **chỉ** mua thế **thôi** ạ?
　지　지　무아　테　토이 아
그 정도만 사세요?

Chỉ mười nghìn Won **thôi**.
지　므어이　응인　원　토이
오직 10,000원이에요.

 주의 CHÚ Ý

문장 끝에서 호응하는 "**thôi**"를 생략해도 된다.

예 **Chỉ** có ba học sinh. 학생 3명만 있다.
　지 꼬 바 혹　싱

3. gì

의문사 "gì"는 한국말로 "무슨"을 뜻한다. 항상 명사 뒤에 오고 그 명사를 수식한다.

명사+gì

(예) Chị thích nghe nhạc **gì**?
지　틱　응애　낙　지

무슨 음악을 좋아합니까?

Anh muốn ăn món **gì**?
아잉　무온　안　몬　지

무슨 음식을 먹고 싶으세요?

4. thử.

"**thử**"는 동사 뒤에서 사용되는데 한국어의 "동사+ ~어 / 아 / 여 보다"에 해당한다.

동사+thử

(예) Làm **thử** xem.
람　트　쌤

해 보세요.

Xin mời bà ăn **thử**.
씬　머이 바　안　트

드셔 보십시요.

D 연습
LUYỆN TẬP

Ⅰ. 적합한 동사를 골라 빈 칸에 채우십시오.

(Tìm động từ thích hợp điền vào chỗ trống)

1. Chị ________________ mua thịt gì ạ?

2. Cô ________________ cho tôi 1 ký thịt heo và nửa ký thịt bò.

3. Cho tôi ________________ tiền.

4. Chị không ________________ cà chua à?

5. Hôm nay ở cửa hàng chúng tôi không ________________ cà chua.

Ⅱ. A쪽와 B쪽를 맞게 연결하세요.(Nối A và B thành câu đúng)

A	B
1. Tất cả bao nhiên tiền? •	• a. Không, tôi đi siêu thị.
2. Chị mua mấy ký? •	• b. Tôi mua cá.
3. Cô mua gì? •	• c. 100.000 đồng
4. Chị mua cá hay tôm? •	• d. tôi mua trứng.
5. Bà đi chợ à? •	• e. Tôi mua hai ký

Ⅲ. 적합한 단어를 찾아 빈 칸에 채우세요.(Tìm từ phù hợp điền vào chỗ trống)

1. Cô Mai đi chợ mua ________________ .

2. Bà Lan đi cửa hàng thời trang để mua ________________ .

3. Anh Tuấn đến cửa hàng giày dép để ________________ giày.

4. Chị ơi, áo khoác này hơi ________________, chị cho tôi đổi lại cái lớn hơn.

5. Mẹ tôi không mua thịt bò ở chợ, mẹ tôi mua thịt bò ở ________________ .

6. Tôi không thích ăn táo, tôi thích ăn ________________ .

7. Cô Mai và cô Anh luôn luôn đi ________________ ở Diamond Plaza.

Ⅳ. 다음과 같은 문장을 완성하십시오.(Hãy hoàn thành các câu sau)

1. Tôi thích đi mua sắm ________________ chợ.

2. Tôi thích đi mua sắm ở siêu thị ________________ ở siêu thị rất sạch sẽ.

3. Chị nói giá cao quá, tôi ________________ đủ tiền.

4. Anh ấy không ________________ hút thuốc.

5. Tôi ________________ thích uống cà phê, tôi thích uống trà.

6. Đôi giày này hơi lớn, cho tôi đổi đôi ________________ hơn.

7. Áo dài này không mắc. Nó rất ________________ .

A 토픽 표현
CÁCH DIỄN ĐẠT THEO CHỦ ĐỀ

* **이발소와 미용실에 갈 때 필요한 문장들**
(**Những câu cần thiết khi đến tiệm cắt tóc và gội đầu**)

질문 (Hỏi)	대답 (Trả lời)
1. Anh cần gì ạ? 뭐 드릴까요?	1. Tôi muốn cắt tóc. 이발하고 싶어요.
2. Xin mời bà vào. 어서 오십시오.	2. Tôi muốn làm đầu. 머리하고 싶어요.
3. Ông cắt tóc hay gội đầu ạ? 이발할까요? 머리를 감을까요?	3. Tôi muốn gội đầu. 머리를 감고 싶어요.

🔵 테마 단어
(Từ vựng theo chủ đề)

Tóc : 머리카락

Cắt tóc : 이발하다

Râu : 수염

Cạo râu : 면도하다

Móng tay : 손톱

Móng chân : 발톱

Làm móng : 손톱 / 발톱하기

Làm đầu : 머리하기

Gội đầu : 머리를 감다

Dầu gội đầu : 샴푸

Sữa tắm : 바디 클렌저

Sữa rửa mặt : 클린징 폼

Trang điểm : 화장하다

Phấn : 파우터

Kem : 크림

Son : 립스틱

Chì : 펜

Mascara : 마스카라

Xoa bóp(mát – xa) : 안마, 마사지

Mặt : 얼굴

Chân : 다리

Toàn thân : 전신, 온몸

Nhuộm tóc : 머리 염색

Uốn tóc : 파마하다, 퍼머하다

Mặt nạ : 마스크

đắp : 붙이다

Dưa leo : 오이

Cà chua : 토마토

Lược : 빗

Gương : 거울

Khăn : 수건

Kẹp tóc : 머리핀, 헤어핀

Máy sấy tóc : 헤어 드라이어

Keo xịt tóc : 헤어 스프레이

B 회화 
HỘI THOẠI

1. (남자) 이발소(ở tiệm cắt tóc nam)

Người cắt tóc ： Xin mời ông vào.
씬 머이 옹 바오

ông John ： Chào cô, tôi muốn cắt tóc và cạo râu.
자오 꼬, 또이 무온 깟 똑 바 까오 저우/러우

Người cắt tóc ： Xin mời ông ngồi vào ghế ạ.
씬 머이 옹 응오이 바오 게 아

Xin lỗi, ông muốn cắt tóc **như thế nào**?
씬 로이, 옹 무온 깟 똑 녀으 테 나오

ông John ： Vừa thôi, **đừng** cắt ngắn quá.
브아 토이, 드엉 깟 응안 꽈

Người cắt tóc ： Dạ được, có tỉa bớt tóc không, thưa ông?
자/야 드억, 꼬 띠아 벗 똑 콩, 트아 옹

ông John ： Cô làm ơn tỉa bớt một chút.
꼬 람 언 띠아 벗 못 쭛

Người cắt tóc ： Hình như tóc ông hơi khô.
힝 녀으 똑 옹 허이 코

Ông gội đầu luôn chứ?
옹 고이 더우 루온 즈

Nhân tiện ông rửa mặt và mát xa luôn nhé?
년 띠엔 옹 즈아/르아 맛 바 맛 사 루온 내

ông John ： Vâng.
벙

Người cắt tóc ： Xong rồi, thưa ông.
쏭 조이/로이, 트아 옹

ông John ： Đẹp quá, tôi rất vừa ý, cám ơn cô.
뎁 꽈, 또이 젓/럿 브아 이, 깜 언 꼬

Tất cả hết bao nhiêu vậy cô?
떳 까 헷 바오 녜우 버이 꼬

Người cắt tóc : Tám mươi ngàn ạ.
땀 므어이 응안 아

ông John : Tôi trả cô một trăm ngàn, cô không cần trả lại.
또이 짜 꼬 못 짬 응안, 꼬 콩 껀 짜 라이

Người cắt tóc : Cám ơn ông nhiều.
깜 언 옹 녜우

이발사 : 어서 오세요.

미스터 존 : 안녕하세요? 이발 하고 면도하고 싶어요.

이발사 : 의자에 앉으세요.

실례지만 이발을 어떻게 할까요?

미스터 존 : 너무 짧게 하지 말고 적당하게 해 주세요.

이발사 : 예, 알겠어요. 좀 (얇게) 깎아 다듬을까요?

미스터 존 : 약간 깎아 다듬어 주세요.

이발사 : 머리가 좀 마른 것 같아요.

머리도 감을까요?

말이 나온 김에 세면 하고 마사지도 해 드릴까요?

미스터 존 : 예.

이발사 : 다 됐어요.

미스터 존 : 예뻐요. 마음에 아주 들어요. 고맙습니다.

모두 얼마예요?

이발사 : 80,000동이에요.

미스터 존 : 100,000동인데 거스름돈 돌려 주기 필요없어요.

이발사 : 대단히 감사합니다.

2. 머리하기 미용실에서(ở tiệm làm đầu)

Bà Helen : Chào cô, tôi muốn làm đầu.
자오 꼬, 또이 무온 람 더우

Thợ làm đầu : Chào bà, xin mời bà vào.
자오 바, 씬 머이 바 바오

Xin mời bà ngồi xuống.
씬 머이 바 응오이 쑤옹

Bà Helen : Vâng, cám ơn cô.
벙, 깜 언 꼬

Thợ làm đầu : Bà thích kiểu tóc nào ạ?
바 틱 끼에우 똑 나오 아

Bà Helen : Tôi muốn làm theo kiểu mới.
또이 무온 람 태오 끼에우 머이

Thợ làm đầu : Thưa bà, bà thấy kiểu này thế nào?
트아 바, 바 터이 끼에우 나이 테 나오

Bà Helen : Ồ, tôi không muốn cắt ngắn như thế.
오, 또이 콩 무온 깟 응안 녀으 테

Thợ làm đầu : Còn kiểu này?
꼰 끼에우 나이

Bà Helen : Vâng, tôi thích kiểu này.
벙, 또이 틱 끼에우 나이

Cô làm theo kiểu này cho tôi.
꼬 람 태오 끼에우 나이 조 또이

Thợ làm đầu : Tóc bà không được mượt lắm.
똑 바 콩 드억 므엇 람

Bà có muốn hấp tóc không?
바 꼬 무온 헙 똑 콩

Bà Helen : Vâng, nhân tiện cô hấp và nhuộm cho tôi.
벙, 년 띠엔 꼬 헙 바 녀우옴 조 또이

Cô ơi, tóc tôi làm khoảng **bao lâu**?
꼬 어이, 똑 또이 람 쾅 바오 러우

Thợ làm đầu : Thưa bà, khoảng 3 tiếng.
트아 바, 쾅 바 띠엥

Bà Helen : Ồ, như vậy hơi lâu. **Vì** tôi có tiệc lúc 7 giờ tối.
오, 녀으 버이 허이 러우. 비 또이 꼬 띠엑 룩 바이 저/여 또이

Cô làm ơn làm trong 2 tiếng được không?
꼬 람 언 람 쫑 하이 띠엥 드억 콩

Thợ làm đầu : Dạ được, nhưng 3 ngày sau bà trở lại sửa nhé.
자/야 드억, 녀응 바 응아이 사우 바 쩌 라이스아 내

Bà Helen : Vâng, cám ơn cô.
벙, 깜 언 꼬

Thợ làm đầu : Trong khi làm đầu, mời bà đọc báo nhé?
쫑 키 람 더우, 머이 바 독 바오 내

Bà Helen : Vâng, cô cho tôi mượn một tờ báo.
벙, 꼬 조 또이 므언 못 떠 바오

Thợ làm đầu : Bà thích đọc báo gì?
바 틱 독 바오 지

Bà Helen : Tôi thích đọc báo Phụ Nữ.
또이 틱 독 바오 푸 느

Thợ làm đầu : Ở tiệm chúng tôi có nước ép, cà phê, trà .
어 띠엠 중 또이 꼬 느억 앱, 까 페, 짜

Bà thích uống gì?
바 틱 우옹 지

Bà Helen : Cho tôi nước ép dưa hấu không đá, không đường.
조 또이 느억 앱 즈아 허우 콩 다, 콩 드엉

Thợ làm đầu : Bà chờ một chút nhé.
바 저 못 줏 내

(*2 tiếng sau*)

Thợ làm đầu : Thưa bà, tóc của bà xong rồi ạ.
트아 바, 똑 꾸아 바 쏭 조이/로이 아

Bà thấy có đẹp không?
바 터이 꼬 뎁 콩

Bà Helen	:	Ồ, đẹp lắm. Cám ơn cô.
		오, 뎁 람. 깜 언 꼬
		Tóc của tôi hết bao nhiêu tiền?
		똑 꾸아 또이 헷 바오 녜우 띠엔
Thợ làm đầu	:	Dạ, 300.000 đồng.
		자/야, 바 짬 응안 동
Bà Helen	:	Cô cho tôi trả tiền.
		꼬 조 또이 짜 띠엔
Thợ làm đầu	:	Vâng, cám ơn bà.
		벙, 깜 언 바
		Bà nhớ 3 ngày sau trở lại nhé.
		바 녀 바 응아이 사우 쩌 라이 내
Bà Helen	:	Vâng, 3 ngày sau tôi sẽ trở lại.
		벙, 바 응아이 사우 또이 새 쩌 라이

헬렌	:	안녕하세요? 머리하고 싶어요.
미발사	:	안녕하세요? 어서 오세요.
		앉으세요.
헬렌	:	고맙습니다.
미발사	:	어떤 머리 모양을 좋아하세요?
헬렌	:	새로운 모양으로 만들기를 원해요.
미발사	:	이 모양은 어때요?
헬렌	:	오, 그렇게 짧게 자르기 원하지 않아요.
미발사	:	이 모양은요?
헬렌	:	예, 이 모양을 좋아해요.
		이 모양대로 해 주세요.
미발사	:	머리가 윤기 나지 않은데요.
		머리 코팅하고 싶으세요?
헬렌	:	말이 나온 김에 코팅 하고 염색해 주세요.
		아가씨, 시간이 얼마나 걸려요?

미발사	:	3시간쯤요.
헬렌	:	그렇게 하면 좀 오래 걸리네요.
		왜냐하면 저녁 7시에 파티가 있기 때문이에요.
		2시간 안에 해 줄 수 있어요?
미발사	:	예, 괜찮아요. 그렇지만 3일 후에 여기에 다시 와서 고쳐 드릴게요.
헬렌	:	예, 고맙습니다.
미발사	:	머리를 하는 동안, 신문을 보실까요?
헬렌	:	예, 신문 하나 주세요.
미발사	:	무슨 신문 읽기 좋아하세요?
헬렌	:	부녀신문 읽기 좋아해요.
미발사	:	저희 미용실에는 주스, 커피, 차가 있는데요.
		뭐 드릴까요?
헬렌	:	얼음과 설탕 없는 수박 주스 주세요.
미발사	:	잠시만 기다려 주세요.

(*2시간 후*)

미발사	:	머리가 다 됐는데요.
		예뻐 보여요?
헬렌	:	오, 예쁘네요. 고맙습니다.
		모두 얼마예요?
미발사	:	300,000 동이에요.
헬렌	:	돈이 여기 있어요.
미발사	:	고맙습니다.
		3일 후에 다시 오기를 잊지 마세요.
헬렌	:	예, 3일 후에 다시 올 거예요.

새 단어(Từ mới)

tiệm cắt tóc 이발소, 이발관	rửa mặt 세면하다, 얼굴을 씻다	theo ~에 따라
cạo râu 면도하다	mát xa 마사지	mượt 윤이 나다
ghế 의자	xong rồi 됐다	nhuộm 염색하다
vừa thôi 적당하게만	vừa ý 마음에 들다	tiệc 파티
ngắn 짧다	làm đầu 머리를 만들다	sửa 고치다
tỉa bớt 좀 깎아 다듬다	ngồi (xuống) 앉다	mượn 빌리다
khô 마르다	kiểu mới 새로운 모양	báo Phụ Nữ 부녀신문
gội đầu 머리를 감다	như thế 그렇게	cà phê 커피
		trà 차

C 문법 / NGỮ PHÁP

1. như thế nào

"**như thế nào**"의 의미는 한국말의 "어떻게"와 비슷한데 보통 의문문 끝에서 사용된다.

예) Ông muốn cắt tóc **như thế nào**?
옹 무온 깟 똑 녀으 테 나오
이발을 어떻게 할까요?

Anh định làm **như thế nào?**
아잉 딩 람 녀으 테 나오
어떻게 하려고 하세요?

2. đừng

"**đừng**"의 의미와 용법은 한국말의 "~지 마세요 / ~지 마"와 같은데 동사 앞에서 사용된다.

đừng＋동사

예 Đừng cắt ngắn quá.
등 깟 응안 꽈
너무 짧게 깎지 마세요.

Đừng chơi với bạn xấu.
등 저이 버이 반 써우
나쁜 친구와 사귀지 마세요.

3. bao lâu

의문사 "**bao lâu**"는 "얼마나"를 뜻하는데 문장 끝에서 사용된다.

예 가 : Từ đây đến đó mất **bao lâu**?
뜨 더이 덴 도 멋 바오 러우
여기서부터 거기까지 얼마나 걸려요?

나 : Khoảng bốn mươi phút.
쾅 본 므어이 풋
40분쯤요

4. vì

"**vì**"는 한국말로 "~(으)니까, ~어 / 아 / 여서, ~기 때문에"에 해당한다. "**Tại sao**"로 질문하면 "**vì**"로 대답한다.

예 가 : **Tại sao** anh học tiếng Việt?
따이 사오 아잉 혹 띠엥 비엣
왜 베트남어를 배우세요?

나 : **Vì** tôi thích Việt Nam.
비 또이 틱 비엣 남
베트남을 좋아하기 때문이에요.

가 : **Tại sao** chị không ăn?
따이 사오 지 콩 안
왜 안 먹어요?

나 : **Vì** tôi no rồi.
비 또이 노 조이/로이
저는 (배가) 불렀으니까요.

D 연습
LUYỆN TẬP

Ⅰ. 형용사를 찾고 빈 칸에 채우십시오.(Tìm tính từ điền vào chỗ trống)

1. Tôi không thích cắt tóc _______________.

2. Tôi không thích tóc _______________.

3. Tiệm cắt tóc Thu Nga rất _______________ nhà tôi.

4. Trong tiệm cắt tóc đó có máy lạnh nên rất _______________.

5. Tiệm cắt tóc này phục vụ rất _______________.

Ⅱ. 적합한 단어를 찾고 문장을 완성하십시오.(Tìm từ phù hợp hoàn thành câu)

1. Một tháng tôi cắt tóc _______________.

2. Chúng tôi đi tiệm cắt tóc để _______________ và

   _______________.

3. Chị ấy đi tiệm cắt tóc để _______________ móng tay.

4. Tôi muốn cắt ngắn và _______________.

5. Tôi muốn cắt theo kiểu _______________.

Ⅲ. 종류가 같지 않은 단어를 찾으십시오.(Tìm từ không cùng loại)

1. cắt, tóc, đẹp, rửa, gội

2. mắc, làm, móng, tóc, râu

3. nhớ, trả, đến, son, lúc

4. lược, mua, gương, khăn, dài

5. cắt tóc, xem, gội đầu, xoa bóp, thẩm mỹ viện

6. khô, ngắn, dài, uống, phụ nữ

7. báo, tạp chí, sách, nước ép, tiệc

Ⅳ. 다음 글을 읽고 질문을 답하십시오.(đọc đoạn văn sau rồi trả lời câu hỏi)

> Anh Jack là người Mỹ, anh Jack sống ở Việt Nam 8 năm rồi. Anh Jack rất thích đến tiệm cắt tóc. Tiệm cắt tóc mà anh ấy thường đến không lớn lắm, đó là một tiệm ở đường 3 tháng 2, quận 10, Thành phố Hồ Chí Minh. Thợ cắt tóc rất thích anh Jack vì anh Jack nói tiếng Việt rất giỏi và cũng rất tốt bụng. Một tháng anh Jack thường đến tiệm cắt tóc hai lần để cắt tóc, cạo râu, gội đầu và mát−xa mặt. Khi đến tiệm cắt tóc anh Jack thường nói chuyện với thợ cắt tóc rất thân thiện. Anh Jack nói : cắt tóc ở Việt Nam không những rẻ mà người thợ còn rất khéo léo, họ cắt, chỉnh sửa rất tỉ mỉ và cẩn thận.

Câu hỏi

1. Anh Jack là người nước nào?

➡ ___________________________________

2. Anh Jack sống ở Việt Nam mấy năm rồi?

➡ ___________________________________

3. Một tháng anh Jack đến tiệm cắt tóc mấy lần?

➡ ___________________________________

4. Anh Jack đến tiệm cắt tóc để làm gì?

➡ ___________________________________

5. Vì sao thợ cắt tóc thích anh Jack?

➡ ___________________________________

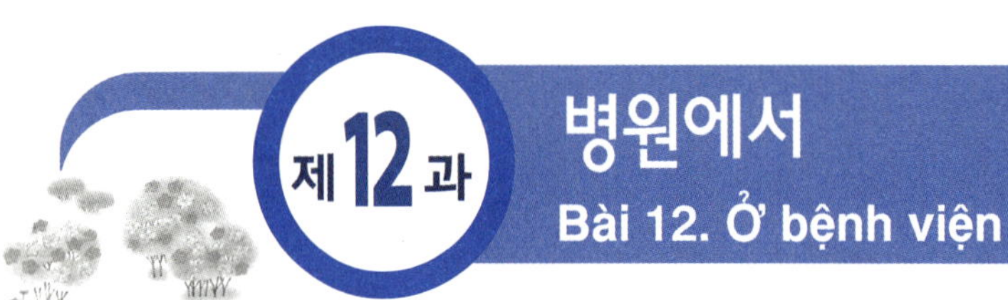

A 토픽 표현
CÁCH DIỄN ĐẠT THEO CHỦ ĐỀ

* 병원에서 문답할 때 필요한 문장들
(Những câu cần thiết khi hỏi và trả lời ở bệnh viện)

의사 (Bác sĩ)	환자 (Bệnh nhân)
1. Cô bị làm sao? 어떻게 되셨어요?	1. Tôi bị đau đầu. 머리가 아파요.
2. Bà bị đau đầu từ khi nào? 언제부터 머리가 아프세요?	2. Tôi bị đau đầu từ hôm qua. 어제부터 머리가 아팠어요.
3. Anh đã uống thuốc gì rồi? 무슨 약을 먹었어요?	3. Tôi đã uống thuốc Panadol rồi. 파나돌을 먹었어요.
4. Chị có ăn gì lạ không? 뭐 이상한 걸 먹었어요?	4. Có, tôi đã ăn Sushi. 예, 스시를 먹었어요.

 테마 단어
(Từ vựng theo chủ đề)

Phòng khám / Phòng mạch : 진료실, 진료소

Nhà thuốc : 약국

Thuốc tây : 서양 약

Thuốc bắc(Hàn Quốc) : 한약

Toa thuốc / đơn thuốc : 처방

Bác sĩ : 의사

Dược sĩ : 약사

Nha sĩ : 치과 의사

Y tá : 간호사

Đau bụng : 배가 아프다

Đau mắt : 눈이 아프다

Đau lưng : 요통, 등이 아프다

Đau chân : 다리가 아프다

Đau ngực : 가슴이 아프다

Tiêu chảy : 설사(하다)

Ho : 기침 나다

Nóng : 뜨겁다

Sốt : 열이 나다

Viêm họng : 목이 아프다

Chảy mũi : 콧물을 흘리다

Chóng mặt : 어지럽다

Ói (nôn) : 토하다, 게우다

Ngộ độc thức ăn : 식중독

B 회화 🎧

HỘI THOẠI

1. 어떻게 되셨어요 ?(ông bị làm sao?)

Bệnh nhân : Xin chào bác sĩ.
씬 자오 박 시

Bác sĩ : Chào ông. Ông **bị** sao ạ?
자오 옹. 옹 비 사오 아

Bệnh nhân : Tôi bị ho nhiều và rất đau đầu.
또이 비 호 녜우 바 젓/럿 다우 더우

Có lẽ tôi bị viêm họng.
꼬 래 또이 비 비엠 홍

Bác sĩ : Ông hãy há miệng cho tôi xem.
옹 하이 하 미엥 조 또이 쌤

Được rồi.
드억 조이 / 로이

Họng ông hơi đỏ.
홍 옹 허이 도

Ông hãy thở sâu.
옹 하이 터 서우

Bệnh nhân : Đôi khi tôi thấy đau **khi** thở và nuốt.
도이 키 또이 터이 다우 키 터 바 누옷

Bác sĩ : Đúng vậy. Ông bị viêm phế quản.
둥 버이. 옹 비 비엠 페 꽌

Bệnh nhân : **Hình như** tôi vẫn còn sốt.
힝 녀으 또이 번 꼰 솟

Bác sĩ : Ông hãy cặp nhiệt kế vào nách. Sau 30 phút đưa lại cho tôi.
옹 하이 깝 녯 께 바오 나익. 사우 바 므어이 풋 드아 라이 조 또이

(30 phút sau)

Bệnh nhân : Nhiệt kế đây, thưa bác sĩ.
녯 께 더이, 트아 박 시

Bác sĩ : Để tôi xem nào. 39,5 độ.
데 또이 쌤 나오. 바 므어이 진 퍼이 남 도

Ông phải uống thuốc mới được.
옹 파이 우옹 투옥 머이 드억

Đây là đơn thuốc của ông.
더이 라 던 투옥 꾸아 옹

Ông phải uống thuốc theo sự chỉ dẫn đã được viết ở
옹 파이 우옹 투옥 태오 스 지 전 / 연 다 드억 비엣 어

trong toa thuốc này.
쫑 또아 투옥 나이

Bệnh nhân : Xin cám ơn bác sĩ.
씬 깜 언 박 시

Bác sĩ	: Không có chi, chào ông.
	콩 꼬 지, 자오 옹

환자	: 의사 선생님, 안녕하세요?
의사	: 안년하세요? 어떻게 되셨어요?
환자	: 기침도 많이 나고 머리도 너무 아파요.
	아마 호두염인 것 같아요.
의사	: 입을 벌려 보세요.
	됐어요.
	목이 좀 빨개요.
	깊이 호흡해 보세요.
환자	: 호흡하고 들이켤 때 가끔 아파요.
의사	: 그래요. 기도염에 걸렸어요.
환자	: 열이 아직 나 있는 것 같아요.
의사	: 온도계를 겨드랑이에 끼어 보세요. 30분 후에 돌려 주세요.

(30 분 후)

환자	: 의사 선생님, 온도계가 여기 있어요.
의사	: 어디 보자. 39.5도인데요.
	약을 먹어야 돼요.
	처방이 여기 있어요.
	이 처방에 쓴 안내대로 약을 먹어야 돼요.
환자	: 의사 선생님, 고맙습니다.
의사	: 천만에요. 안녕히 가세요.

2. 배가 아파요(Tôi bị đau bụng)

Bác sĩ	:	Bà bị đau gì?
		바 비 다우 지
Bà Eun Mi	:	Tôi bị đau bụng.
		또이 비 다우 붕
Bác sĩ	:	Bà có bị tiêu chảy không?
		바 꼬 비 띠에우 자이 콩
Bà Eun Mi	:	Dạ có. Từ sáng đến bây giờ tôi đã bị tiêu chảy ba lần rồi.
		자/야 꼬. 뜨 상 덴 버이 저/여 또이 다 비 띠에우 자이 바 런 조이/로이
Bác sĩ	:	Bà bị đau bụng từ **khi nào**?
		바 비 다우 붕 뜨 키 나오
Bà Eun Mi	:	Tôi bị đau bụng từ đêm qua.
		또이 비 다우 붕 뜨 뎀 꽈
Bác sĩ	:	Hôm qua bà có ăn gì lạ không?
		홈 꽈 바 꼬 안 지 라 콩
Bà Eun Mi	:	Tôi không chắc lắm.
		또이 콩 작 람
		Nhưng sáng qua tôi ăn cơm chiên hải sản.
		녀응 상 꽈 또이 안 껌 지엔 하이 산
		Trưa qua tôi ăn gỏi cuốn.
		쯔아 꽈 또이 안 고이 꾸온
		Buổi tối tôi ăn cá sống ở nhà hàng Nhật Bản.
		부오이 또이 또이 안 까 송 어냐 항 넛 반
Bác sĩ	:	Tôi hiểu rồi.
		또이 히에우 조이/로이
		Bà uống thuốc này một ngày 3 lần, uống trong 3 ngày.
		바 우옹 투옥 나이 못 응아이 바 런, 우옹 쫑 바 응아이
Bà Eun Mi	:	Tôi ăn thịt được không ạ?
		또이 안 팃 드억 콩 아
Bác sĩ	:	Bà nên ăn thịt nạc và thức ăn nóng.
		바 넨 안 팃 낙 바 특 안 농

Bà Eun Mi : Cám ơn bác sĩ nhiều lắm.
깜 언 박 시 녜우 람

Bác sĩ : Không có gì, chào bà nhé.
콩 꼬 지, 자오 바 냬

의사 : 뭐가 아프세요?

은미 : 배가 아파요.

의사 : 설사하세요?

은미 : 예. 아침부터 지금까지 3번 했어요.

의사 : 언제부터 배가 아프셨어요?

은미 : 어젯밤부터 아팠어요.

의사 : 어제 뭐 이상한 걸 드셨어요?

은미 : 확실하지 않은데요.

그런데 어제 아침 해산물 볶음밥을 먹었어요.

점심 때 신선한 스프링 롤을 먹었어요.

저녁에 일본 식당에서 회를 먹었어요.

의사 : 알았어요.

이 약은 3일 동안 하루에 3번 드셔 보세요.

은미 : 고기를 먹어도 돼요?

의사 : 지방 없는 고기를 먹고 뜨거운 음식을 드신 것이 좋아요.

은미 : 대단히 감사합니다.

의사 : 천만에요. 안녕히 가세요.

새 단어(Từ mới)

làm sao 어떻게, 어떻게 되다	thở sâu 깊이 호흡하다	sự chỉ dẫn 안내
bệnh nhân 환자	đau 아프다	đau bụng 배가 아프다
ho 기침, 기침나다	nuốt 들이켜다	tiêu chảy 설사하다
đau đầu 머리가 아프다	vẫn còn 아직	lần 번
viêm họng 후두염, 목이 아프다	sốt 열이 나다	đêm qua 어젯밤
	nhiệt kế 온도계	lạ 이상하다
há miệng 입을 벌리다	nách 겨드랑이	chắc 확실하다
họng 목	phút 분	cơm chiên 볶음밥
đỏ 빨갛다	đưa lại 돌려주다	cá 생선
	đơn thuốc 처방	hiểu 이해하다, 알다

C 문법
NGỮ PHÁP

1. bị

베트남어의 피동형은 동사 "**bị**"로 표현된다. 그렇지만 "bị"는 소극적이거나 별로 좋지 않은 것만을 표현한다.

 Tên trộm đã **bị** cảnh sát bắt.
　　떼 쫌 다 비 까잉 삿 밧
도둑놈이 경찰에게 잡혔다.

Anh ấy **bị** cảm.
　아잉 어이 비 깜
그는 감기에 걸렸다.

좋거나 적극적인 것은 "**được**"으로 표현된다.

예 Cô ấy **được** khen ngợi. 그녀는 칭찬을 받았다.
　꼬 어이　드억　캔 응어이

　Cái này **được** làm bằng bạc. 이 것은 은으로 만들어졌다.
　까이 나이　드억　람　방　박

2. có lẽ / hình như

추측하는 뜻을 가리키는 "**có lẽ / hình như**"는 한국어의 "~(으)ㄴ / 는 / (으)? 것 같다"에 해당한다.

예 **Có lẽ** cô ấy là người Hàn Quốc.
　꼬 래 꼬 어이 라 응어이 한 꾸옥
그녀는 한국 사람인 것 같다.

　Hình như anh ấy đã về nhà.
　힝　녀으 아잉 어이 다 베 냐
그는 집에 간 것 같다.

3. khi

"**khi**"의 용법은 한국말의 "때, (으)ㄹ 때"와 비슷하다. 문장 앞에서나 문장 가운데에서 사용될 수 있다.

예 Cổ họng bị đau **khi** thở và nuốt.
　꼬 홍 비 다우 키 터 바 누옷
호흡하고 들이켤 때 목이 아파요.

　Khi đau thì uống thuốc này nhé.
　키 다우 티 우옹 투옥 나이 내
아플 때 이 약을 드세요.

4. khi nào

의문사 "**khi nào**"의 뜻은 한국어의 "언제"에 해당한다.

 Bà bị đau bụng từ **khi nào?**
바 비 다우 붕 뜨 키 나오

언제부터 배가 아프세요?

Khi nào anh đi Việt Nam?
키 나오 아잉 디 비엣 남

언제 베트남에 가세요?

같은 뜻인 "**bao giờ**"와 대치할 수 있다.

Bao giờ anh sẽ kết hôn? 언제 결혼하실 거예요?
바오 저 아잉 새 껫 혼

D 연습
LUYỆN TẬP

I. A쪽과 B쪽을 맞게 연결하십시오.(Nối A và B thành câu đúng)

A	B
1. Ông ấy đến bệnh viện •	• a. và đau bụng quá.
2. Bà thấy đau ở đâu? •	• b. hai ngày rồi.
3. Tôi thấy đau đầu •	• c. Dạ, tôi chưa uống thuốc gì cả.
4. Anh đã uống thuốc gì rồi? •	• d. Tôi thấy đau ở gối.
5. Tôi bị tiêu chảy •	• e. để khám bệnh.

Ⅱ. 미리 준 단어를 골라서 빈 칸에 채우십시오.

(Chọn các từ cho sẵn điền vào chỗ trống)

> luôn luôn, thường, thường thường, ít khi, đôi khi

1. Tôi _______________ bị tiêu chảy.

2. _______________ tôi bị đau mắt.

3. Khi trời lạnh, tôi _______________ bị ho.

4. Khi căng thẳng, tôi _______________ bị đau đầu.

5. Khi tôi ăn món ăn lạ, tôi _______________ bị đau bụng.

Ⅲ. 다음 문장을 완성하십시오.(Hoàn thành các câu sau)

1. Tôi không bị đau đầu, tôi bị _______________.

2. Anh Nam uống rượu nhiều nên anh bị _______________.

3. Anh Long hút thuốc lá nhiều nên anh ấy bị _______________.

4. Cô Mai ho và _______________.

5. Em Tuyết bị đau bụng và bị _______________.

6. Tôi không ăn thức ăn nguội, tôi muốn ăn thức ăn _______________.

7. Chị Sunny không bị cảm, chị ấy bị _______________.

Ⅳ. 맞는 문장을 만드십시오.(Sắp xếp thành câu hoàn chỉnh)

1. cô Vân, hai tuần, bị bệnh, rồi.

   → _______________________________________

2. tôi, sẽ, bệnh viện, đi, ngày mai.

   → _______________________________________

3. Anh ấy, bị sốt, nhưng, bị ho, không.

   → _______________________________________

4. ông ấy, hai viên thuốc, mới, cảm, uống.

→ _______________________________________

5. chóng mặt, thấy, đau đầu, tôi, quá.

→ _______________________________________

6. cô ấy, bệnh viện, không, bị bệnh, nhưng, đi.

→ _______________________________________

7. bị cảm, tôi, ngủ nhiều, tôi, khi, thường.

→ _______________________________________

A 토픽 표현
CÁCH DIỄN ĐẠT THEO CHỦ ĐỀ

＊ 공항에서 문답할 때 필요한 문장들
(Những câu cần thiết khi hỏi và trả lời ở sân bay)

질문 (Hỏi)	대답 (Trả lời)
1. Chào ông, tôi có thể giúp gì cho ông? 안녕하세요? 도와 드릴 수 있는 게 있어요?	1. Anh làm ơn cho biết cửa số 3 ở đâu. 3번 탑승구가 어디 있는지 좀 알려 주세요.
2. Xin anh vui lòng cho xem vé và hộ chiếu. 티켓과 여권을 좀 보여 주세요.	2. Vâng, vé và hộ chiếu của tôi đây. 예, 티켓과 여권은 여기 있어요.
3. Chị có gì để khai báo không? 신고할 게 있어요?	3. Không, tôi không có gì để khai báo cả. 아니오, 신고할 게 없어요.

 테마 단어
(Từ vựng theo chủ đề)

Quốc tế : 국제

Quốc nội : 국내

Hàng không : 항공

Đường bay : (비행기) 노선

Máy bay : 비행기

Chuyến bay : (항공) 편

Bay : 비행하다, 날다

Đi(khởi hành) : 출발(하다)

Đến : 도착(하다)

Cất cánh : 이륙하다

Hạ cánh : 착륙하다

Nhiệt độ : 온도

Nhập cảnh : 입국(하다)

Kiểm tra : 검사(하다)

An ninh : 안보, 치안

Trễ : 늦다, 늦게

Sớm : 이르다, 일찍

Trì hoãn : 지연하다

Đến trễ : 연착하다

Hành lý : 짐

Ghế : 의자

Dây an toàn : 안전 벨트

Áo phao : 구명 재킷

Cửa thoát hiểm : 비상구

Phía trước : 앞

Phía sau : 뒤

Cổng : 문, 구

Làm thủ tục : 수속하다

Phi công : 비행 조종사

Tiếp viên : 스튜어디스, 승무원

Hành khách : 승객

B 회화 🎧
HỘI THOẠI

1. 수속하기(Làm thủ tục)

Anh Jack	:	Chào cô.
		자오 꼬
Nhân viên sân bay	:	Ông cần gì ạ?
		옹 껀 지 아
Anh Jack	:	Tôi có thể làm thủ tục ở đâu?
		또이 꼬 테 람 투 뚝 어 더우
Nhân viên sân bay	:	Ở đằng kia. Quầy số 2.
		어 당 끼아. 꾸어이 소 하이
Anh Jack	:	Cám ơn cô.
		깜 언 꼬

Anh Jack	:	Xin lỗi. Tôi làm thủ tục ở đây được không?
		씬 로이. 또이 람 투 뚝 어 더이 드억 콩
Nhân viên sân bay	:	Anh đi đâu ạ?
		아잉 디 더우 아
Anh Jack	:	Tôi đi New York.
		또이 디 뉴 욕
Nhân viên sân bay	:	Xin anh **cho xem** vé và hộ chiếu.
		씬 아잉 조 쌤 배 바 호 지에우
Anh Jack	:	Đây ạ.
		더이 아
Nhân viên sân bay	:	Được rồi.
		드억 조이 / 로이
		Mời anh đặt va li lên bàn để cân.
		머이 아잉 닷 바 리 렌 반 데 껀
Anh Jack	:	Vâng.
		벙

Nhân viên sân bay : Ồ, nặng quá.
오, 낭 꽈

Anh Jack : Bao nhiêu ký ạ?
바오 녜우 끼 아

Nhân viên sân bay : 55 ký.
남 므어이 람 끼

Anh phải trả tiền quá cước 15 ký.
아잉 파이 짜 띠엔 꽈 끄억 므어이 람 끼

Sao anh không xách tay túi này?
사오 아잉 콩 싸익 따이 뚜이 나이

Anh Jack : Vì tôi nghĩ hành lý của tôi chỉ nặng **khoảng**
비 또이 응이 하잉 리 꾸아 또이 지 낭 쾅

35 ký.
바 므어이 람 끼

Vâng, tôi sẽ xách tay túi này.
벙, 또이 새 싸익 따이 뚜이 나이

Nhân viên sân bay : Xong rồi. Chúc anh thượng lộ bình an.
쏭 조이/로이. 죽 아잉 트엉 로 빙 안

Anh Jack : Cám ơn.
깜 언

잭 : 안녕하세요?
공항 직원 : 무엇을 드릴까요?
잭 : 어디서 수속할 수 있어요?
공항 직원 : 저기요. 2번 카운터요.
잭 : 고맙습니다.

잭 : 실례지만 여기서 수속할 수 있어요?
공항 직원 : 어디 가세요?
잭 : 뉴욕에 가는데요.

공항 직원	:	티켓과 여권을 보여 주세요.
잭	:	여기 있어요.
공항 직원	:	됐어요.
		짐은 저울에 다세요.
잭	:	예.
공항 직원	:	오, 무겁네요.
잭	:	몇 킬로요?
공항 직원	:	55킬로요.
		15킬로 과중 요금을 내야 해요.
		왜 이 가방을 안 드세요?
잭	:	제 짐은 35킬로쯤 인 줄 알았어요.
		그럼 이 가방을 들게요.
공항 직원	:	됐어요. 안녕히 가세요.
잭	:	고맙습니다.

2. 세관에서 (ở hải quan)

A. 세관원과 미스 마리 (Nhân viên hải quan và cô Marie)

Nhân viên hải quan : Cô cho tôi xem hộ chiếu.
꼬 조 또이 쌤 호 지에우

Cô Marie : Đây ạ.
더이 아

Nhân viên hải quan : Cô có gì để khai báo không?
꼬 꼬 지 데 카이 바오 콩

Cô Marie : Không, không có gì.
콩, 콩 꼬 지

Tôi là khách du lịch.
또이 라 카익 주/유 릭

Tôi **không** mang gì ngoài đồ dùng cá nhân.
또이 콩 망 지 응오아이 도 중/융 까 년

Anh có cần kiểm tra va li không?
아잉 꼬 껀 끼엠 짜 바 리 콩

Nhân viên hải quan : Ồ không, không cần.
오 콩, 콩 껀

Cô Marie : Cám ơn anh.
깜 언 아잉

Nhân viên hải quan : Không có chi. Chào cô.
콩 꼬 지. 자오 꼬

세관원 : 여권 좀 보여 주세요.

마리 : 여기 있어요.

세관원 : 신고할 게 있어요?

마리 : 아니오, 없어요.

저는 관광객이에요.

개인 짐밖에 아무것도 안 갖고 왔어요.

여행 가방 체크하기 필요해요?

세관원 : 아니오, 필요 없어요.

마리 : 고맙습니다.

세관원 : 천만에요. 안녕히 가세요.

B. 세관원과 미스터 데비드 박(Nhân viên hải quan và ông David Park)

Nhân viên hải quan : Chào ông, ông cho tôi xem hộ chiếu.
자오 옹, 옹 조 또이 쌤 호 지에우

David Park : Đây ạ.
더이 아

Nhân viên hải quan : Ông là người Hàn Quốc à?
옹 라 응으어이 한 꾸옥 아

Hiện giờ ông mang quốc tịch gì?
히엔 저/여 옹 망 꾸옥 띡 지

David Park	:	Vâng, tôi là người Hàn Quốc.
		벙, 또이 라 응으어이 한 꾸옥
		Bây giờ tôi mang quốc tịch Mỹ.
		버이 저/여 또이 망 꾸옥 띡 미
Nhân viên hải quan	:	Xin lỗi ông đến Việt Nam để du lịch **hay** công tác?
		씬 로이 옹 덴 비엣 남 데 주/유 릭 하이 꽁 딱
David Park	:	Tôi đến Việt Nam để du lịch.
		또이 덴 비엣 남 데 주/유 릭
Nhân viên hải quan	:	Vi sa của ông có giá trị trong vòng một tháng.
		비 사 꾸아 옹 꼬 자/야 찌 쫑 봉 못 탕
David Park	:	Nếu muốn ở lâu hơn thì tôi có thể gia hạn vi
		네우 무온 어 러우 헌 티 또이 꼬 테 자 한 비
		sa ở đâu?
		사 어 더우
Nhân viên hải quan	:	Ông hãy đến Cục quản lý xuất nhập cảnh.
		옹 하이 덴 꾹 꽌 리 쑤엇 녑 까잉
David Park	:	Cám ơn cô.
		깜 언 꼬
Nhân viên hải quan	:	Không có gì. Chào ông.
		꽁 꼬 지. 자오 옹

세관원	:	안녕하세요? 여권 좀 보여 주세요.
데비드 박	:	여기 있어요.
세관원	:	한국 사람이에요?
		현재 무슨 국적을 갖고 계세요?
데비드 박	:	예, 저는 한국 사람이에요.
		현재 미국 국적을 갖고 있어요.
세관원	:	실례지만 관광하러 베트남에 오셨어요? 출장하러 오셨어요?
데비드 박	:	출장하러 베트남에 왔어요.
세관원	:	비자 기한은 1달인데요.
데비드 박	:	더 오래 지내고 싶으면 어디서 연장할 수 있어요?

세관원	: 출입국관리사무소에 가세요.
데이비드 박	: 고맙습니다.
세관원	: 천만에요. 안녕히 가세요.

새 단어(Từ mới)

thủ tục 수속	nghĩ 생각하다
nhân viên 직원	hành lý 짐
hải quan 세관	thượng lộ bình an (상로평안) 잘 가다
ở đằng kia 저기에 있다	khai báo 신고하다
vé 티켓	khách du lịch 관광객
hộ chiếu 여권	đồ dùng cá nhân 개인용품
đặt 놓다	kiểm tra 검사하다, 체크하다
va li 여행 가방	công tác 출장
cân 저울	giá trị 가치
nặng 무겁다	trong vòng (기간, 거리) …이내에, 안에
cước 요금	gia hạn 연장하다
xách tay 들다	Cục quản lý xuất nhập cảnh
túi 가방	출입국관리사무소

C 문법
NGỮ PHÁP

1. cho xem

사역동사 "**cho xem**"의 용법은 한국어의 "보이다"와 같아요.

㉖ Xin anh **cho xem** vé.
씬 아잉 조 쌤 배

티켓을 좀 보여 주세요.

Xin anh **cho xem** hộ chiếu.
씬　아잉　조　쌤　호　지에우
여권을 좀 보여 주세요.

2. khoảng

"**khoảng**"은 "약, 쯤"을 의미하는데 수사 앞에서 사용된다.

khoảng + 수사

㈜ Hành lý của tôi **khoảng** 35 ký.
하잉　리　꾸아　또이　쾅　　바 므어이 람 끼
제 짐은 35킬로쯤이에요.

Khoảng 4 giờ chiều gặp nhau nhé.
쾅　본 저/여　제우　갑　냐우　내
오후 4시쯤 만나자.

3. không

부사 "**không**"은 동사나 형용사 앞에서 사용된다. 뜻은 "안" 또는 "~지 않다"와 비슷하다.

㈜ Người đó **không** tốt.
응어이　도　콩　똣
그 사람은 좋지 않아요.

Tôi **không** mang gì ngoài hành lý cá nhân.
또이　콩　망　지 응오아이　하잉 리 까 년
개인 짐밖에 아무것도 안 갖고 왔어요.

4. hay

선택을 가리키는 "**hay**"는 "~(이)나" 또는 "~거나"에 해당한다. 같은 뜻인 "**hoặc**"와 대치할 수 있다.

㈜ Anh **hay** nó đi cũng được.
아잉　하이　노 디 꿍　드억
당신이나 그가 가도 돼요.

Người ta cười **hoặc** khóc khi vui mừng.
응으어이 따 콕 왁 끄어이 키 부이 믕

사람들은 기쁠 때 웃거나 울거나 해요.

선택의문문 경우는 한국어와 베트남어가 문형이 완전히 다르다. 즉 베트남어는 한 문장으로, 한국말은 두 문장으로 표현된다.

例 **Ông** đi du lịch **hay** đi công tác? 실례지만 관광하러 가세요? 출장하러 가세요?
옹 디 주/유 릭 하이 디 꽁 딱

D 연습
LUYỆN TẬP

I. A쪽과 B쪽을 맞게 연결하십시오.(Nối A và B thành câu đúng)

A	**B**
1. Anh đi đâu ạ?	a. Ở đằng kia.
2. Ga quốc tế ở đâu ạ?	b. Không, tôi không mệt.
3. Chuyến bay của tôi	c. VN320.
4. Anh ấy đi chuyến bay nào?	d. tôi đi sân bay.
5. Anh mệt không?	e. bị trễ 2 tiếng.

II. 문장에 잘못된 것을 찾고 고치십시오.(Tìm và sửa lỗi cho câu)

1. Anh đến sân bay lâu rồi?

2. Anh mua vé hạng gì?

3. Bán cho tôi vé hai khứ hồi.

4. Tôi cần vé mua đi Hàn Quốc.

5. Xin lỗi ông, chúng tôi hết rồi vé.

Ⅲ. 다음 질문을 답하십시오.(Trả lời các câu hỏi dưới đây)

1. Bạn thấy sân bay Incheon thế nào?

→ _______________________________

2. Bạn thấy sân bay Tân Sơn Nhất thế nào?

→ _______________________________

3. Bạn thường đi du lịch bằng gì?

→ _______________________________

4. Từ Hàn Quốc đến Việt Nam đi bằng máy bay mất bao lâu?

→ _______________________________

5. Bạn đã đi máy bay của Hàng không Việt Nam bao giờ chưa?

→ _______________________________

Ⅳ. A쪽과 B쪽을 의미 맞는 문장으로 연결하십시오.

(Nối A và B thành câu có nghóa đúng)

A	B
1. Máy bay sắp cất cánh,	a. đi bằng máy bay mất 6 tiếng.
2. Chuyến bay đến Hà Nội dự kiến	b. xuống sân bay Nội Bài.
3. Từ Hàn Quốc đến Việt Nam	c. bị trì hoãn 2 tiếng.
4. Tôi thích đi du lịch	d. đi bằng máy bay.
5. Máy bay sắp hạ cánh	e. trong hai tiếng.
6. Chuyến bay của tôi	f. 8 giờ và đến Thái Lan lúc 9 : 30.
7. đây là lần đầu tiên	g. quý khách vui lòng tắt điện thoại···.
8. Tôi chưa bao giờ	h. khứ hồi.
9. Chuyến bay của chị ấy khởi hành lúc	i. tôi đi bằng máy bay.
10. Tôi đã mua 2 vé máy bay	k. bằng xe lửa.

A 토픽 표현
CÁCH DIỄN ĐẠT THEO CHỦ ĐỀ

* 호텔에서 문답할 때 필요한 문장들
(Những câu cần thiết khi hỏi và trả lời ở khách sạn)

질문 (Hỏi)	대답 (Trả lời)
1. Chào anh, anh cần gì ạ? 안녕하세요? 뭘 드릴까요?	1. Tôi muốn thuê phòng. 방을 빌리고 싶어요.
2. Ông muốn phòng loại nào? 어떤 방을 원하세요?	2. Phòng đơn. 독방요.
3. Bà ở mấy ngày ạ? 며칠 유숙하실까요?	3. Hai ngày. 이틀요.

 테마 단어

(Từ vựng theo chủ đề)

Tiếp tân : 리셉션, 접수계원

Phục vụ phòng : 방 보조자

Phòng đơn : 1인실, 1인용 방, 싱글 룸

Phòng đôi : 2인용 방, 트윈 룸

đặt phòng : 방을 예약하다

Nhận phòng : 체크인(하다)

Trả phòng : 체크아웃(하다)

Đổi phòng : 방을 바꾸다

Cửa : 문

Cửa sổ : 창문

Phòng tắm : 샤워실

Phòng vệ sinh : 화장실

Chìa khoá : 연쇄, 키

Phích cắm : 플러그

Tủ lạnh : 냉장고

Máy lạnh / máy điều hòa : 에어컨

Quạt máy : 선풍기

Dịch vụ : 서비스

Giặt ủi (quần áo) : (옷) 빨래와 다림질

Thang máy : 엘리베이터

Cầu thang : 계단

Tầng : 층

Tầng trệt : 1층

Tầng 1 : 2층

Tầng 2 : 3층

Tầng hầm : 지하

B 회화 HỘI THOẠI

1. 방 예약하기(đặt phòng)

Julia : A lô.
알로

Tiếp tân : Alô, khách sạn New World xin chào quý khách.
알로, 카익 산 뉴 월드 씬 자오 뀌 카익

Chào bà, bà cần gì ạ?
자오 바, 바 껀 지 아

Julia : Tôi muốn đặt phòng.
또이 무온 닷 퐁

Tiếp tân ： Ngày nào, thưa bà?
응아이 나오, 트아 바

Julia ： **Từ** ngày 29 tháng 10 **đến** ngày 5 tháng 11.
뜨 응아이 하이 므어이 진 탕 므어이 덴 응아이 남 탕 므어이 못

Tiếp tân ： Xin lỗi bà. Tháng này tất cả các phòng của khách sạn chúng
씬 로이 바. 탕 나이 떳 까 깍 퐁 꾸아 카익 산 중

tôi đều đầy rồi ạ.
또이 데우 더이 조이/로이 아

Chúng tôi chỉ có phòng từ ngày 3.
중 또이 지 꼬 퐁 뜨 응아이 바

Julia ： Ồ , tiếc quá. Theo cô có khách nào bỏ chỗ không ạ?
오, 띠엑 꽈. 태오 꼬 꼬 카익 나오 보 조 콩 아

Tiếp tân ： Tôi không dám chắc.
또이 콩 잠 작

Xin bà cho tôi số điện thoại hoặc email.
씬 바 조 또이 소 디엔 토아이 확 이매오

Nếu có phòng tôi sẽ liên lạc với bà.
뉴 꼬 퐁 또이 쌔 리엔 락 버이 바

Julia ： Vâng. Số điện thoại của tôi là : 852.5345
벙. 소 디엔 토아이 꾸아 또이 라 : 땀 남 하이.남 바 본 남

Số điện thoại di động của tôi là : 091.907.8652
소 디엔 토아이 지 동 꾸아 또이 라 : 콩 진 못.진 콩 바이.땀 사우 남 하이

Email của tôi là : julia@hotmail.com
이애오 꾸아 또이 라   julia@hotmail.com

Tiếp tân ： Được rồi, tôi sẽ gọi và thông báo cho bà sớm.
드억 조이/로이, 또이 새 고이 바 통   바오 조 바 섬

Julia ： Cám ơn cô nhiều. Chào cô.
깜 언 꼬 녜우. 자오 꼬

Tiếp tân ： Không có gì. Chào bà.
콩 꼬 지. 자오 바

줄리아 : 여보세요.

접수계원 : 여보세요. New World 호텔입니다.

안녕하세요? 무엇을 드릴까요?

줄리아 : 방을 예약하고 싶어요.

접수계원 : 어느 날요?

줄리아 : 10월 29일부터 11월 5일까지요.

접수계원 : 죄송하지만 이번 달에 호텔 방은 모두 다 차 있어요.

3일부터만 방이 생겨요.

줄리아 : 오, 아깝구나. 당신 생각에는 취소할 손님이 있을 거예요?

접수계원 : 확실하지 않은데요.

전화 번호나 이메일을 알려 주세요.

방이 생기면 연락 드릴게요.

줄리아 : 예, 제 전화 번호는852.5345예요.

휴대폰 번호는 091.907.8652예요.

이메일은julia@hotmail.com이에요.

접수계원 : 됐어요. 될수있는대로 전화해서 알려 드릴게요.

줄리아 : 대단히 감사합니다. 안녕히 계세요.

접수계원 : 천만에요. 안녕히 계세요.

2. 접수구에서(ở bàn tiếp tân)

Tiếp tân : Chào ông, ông cần gì ạ?
자오 옹, 옹 껀 지 아

Tom : Chào cô, tôi tên là Tom Scott.
자오 꼬, 또이 뗀 라 톰 스코트

Tuần trước thư ký của tôi đã đặt phòng giúp tôi ở khách
뚜언 쯔억 트 끼 꾸아 또이 다 닷 퐁 줍/윱 또이 어 카익

sạn này.
산 나이

Hôm nay tôi đến nhận phòng.
홈　나이 또이 덴　년　퐁

Tiếp tân : Rất vui được đón tiếp ông.
젓/럿 부이 드억　돈 띠엡 옹

Xin phép ông cho tôi xem hộ chiếu.
씬 팹 옹 조 또이 쌤 호 지에우

Tom : Hộ chiếu của tôi đây.
호　지에우 꾸아 또이 더이

Tiếp tân : Xin ông chờ một chút.
씬 옹 저 못 쭛

Thưa ông, phòng của ông số 405, ở bên trái thang máy.
투아 옹,　퐁 꾸아 옹 소 본 래 남, 어 벤 짜이　탕　마이

Đây là chìa khoá phòng.
더이 라 지아 콰　퐁

Tom : Cám ơn cô.
깜　언 꼬

Tiếp tân : Mời ông theo cô này.
머이 옹　태오 꼬 나이

Cô ấy là phục vụ phòng.
꼬 어이 라　푹 부 퐁

Tom : Vâng.
벙

Chào cô.
자오　꼬

접수계원 : 안녕하세요? 뭘 드릴까요?

톰 : 안녕하세요? 제 이름은 톰 스코트예요.

지난 주에 제 비서가 이 호텔 방을 예약해 주었거든요.

오늘 제가 와서 체크인 해요.

접수계원 : 환영합니다.

여권 좀 보여 주세요.

톰	:	여권은 여기 있어요.
접수계원	:	잠깐만 기다려 주세요.
		405호 방인데요. 엘리베이터 왼쪽에 있어요.
		방 키가 여기 있어요.
톰	:	고맙습니다.
접수계원	:	이 아가씨 따라 가세요.
		그녀는 방 보조자예요.
톰	:	예.
		안녕하세요?

3. 405호실에서(ở phòng 405)

Tom : Chào cô, cô tên là gì?
자오 꼬, 꼬 뗀 라 지

Phục vụ phòng : Tôi tên là Hạnh. Còn ông?
또이 뗀 라 하잉. 꼰 옹

Tom : Tôi tên là Tom Scott.
또이 뗀 라 톰 스코트

Phục vụ phòng : Xin mời ông theo tôi.
씬 머이 옹 태오 또이

Đây là phòng của ông, thưa ông.
더이 라 퐁 꾸아 옹, 트아 옹

Tom : Vâng, cám ơn cô.
벙, 깜 언 꼬

Phục vụ phòng : **Trước khi** ra ngoài, ông ấn khoá này.
쯔억 키 자/라 응오아이, 옹 언 콰 나이

Đây là công tắc đèn trong phòng vệ sinh.
더이 라 꽁 딱 댄 쫑 퐁 베 싱

Các thứ nước uống có trong tủ lạnh.
깍 트 느억 우옹 꼬 쫑 뚜 라잉

Kia là máy lạnh, ông có thể tự điều chỉnh nhiệt độ
끼아 라 마이 라잉, 옹 꼬 테 뜨 디에우 징 넷 도

theo ý thích.
태오 이 틱

Còn đó là điện thoại tự động quốc tế.
꼰 도 라 디엔 토아이 뜨 동 꾸옥 떼

Nếu ông muốn gọi thì ông bấm số 09 trước.
네우 옹 무온 고이 티 옹 범 소 콩진 쯔억

Ông **có thể** gọi đi bất cứ nơi nào trên thế giới.
옹 꼬 테 고이 디 벗 끄 너이 나오 쩬 테 저이

Tom : Cám ơn cô rất nhiều.
깜 언 꼬 젓/럿 네우

Phục vụ phòng : Nếu có vấn đề gì ông bấm số 0 **để** gọi cho tiếp tân nhé.
네우 꼬 번 데 지 옹 범 소 콩데 고이 조 띠엡 떤 내

Tom : Vâng, tôi biết rồi. Cám ơn cô.
벙, 또이 비엣 조이/로이. 깜 언 꼬

Phục vụ phòng : Chào ông.
자오 옹

톰 : 안녕하세요? 이름이 뭐예요?

방 보조자 : 제 이름은 하잉이에요. 선생님은요?

톰 : 제 이름은 톰 스코트예요.

방 보조자 : 저 따라 오세요.

선생님 방이에요.

톰 : 예, 고맙습니다.

방 보조자 : 외출하기 전에 이 자물쇠를 누르세요.

이것은 화장실 전등 스위치예요.

여러가지 음료수는 냉장고에 있어요.

저것이 에어콘이에요. 마음대로 온도 조정하실 수 있어요.

그리고 그것이 국제자동전화예요.

전화하고 싶으면 09번을 먼저 누르세요.

세계 어디든지 전화할 수 있어요.

톰	:	대단히 감사합니다.
방 보조자	:	무슨 문제가 있으면 접수계원한테 0번 누르세요.
톰	:	예, 알았어요, 고맙습니다.
방 보조자	:	안녕히 계세요.

새 단어(Từ mới)

đặt phòng 방을 예약하다	liên lạc 연락하다	công tắc đèn
khách sạn 호텔	sớm 일찍	전등 스위치
phòng 방	tiếp tân 리셉션, 접수계원	phòng vệ sinh 화장실
đầy 차다, 가득하다	nhận phòng 체크인(하다)	tủ lạnh 냉장고
tiếc quá 아깝다	thang máy 엘리베이터	điều chỉnh 조정하다
bỏ chỗ 취소하다	chìa khoá 열쇠	nhiệt độ 온도
số điện thoại 전화번호	ấn khoá 자물쇠를 누르다	quốc tế 국제

C 문법
NGỮ PHÁP

1. từ … đến …

"**từ** … **đến** …" 구조는 한국말로 "…부터 …까지"를 뜻한다. 시간이나 장소에 다 사용할 수 있다.

 Tôi ở **từ** ngày 2 **đến** ngày 5 tháng 11.
또이 어 뜨 응아이 하이 덴 응아이 남 탕 므어이 못
11월 2일부터 5일까지 묵어요.

Anh ấy học tiếng Việt **từ** 9 giờ **đến** 11 giờ.
아잉 어이 혹 띠엥 비엣 뜨 진 저 덴 므어이 못 저
그는 베트남말을 9시부터 11시까지 공부해요.

2. trước khi

"**trước khi**"의 용법과 의미는 한국어의 "~기 전에"와 비슷하다.

(예) **Trước khi** ra ngoài, ông ấn khoá này.
쯔억　키 자/라 응오아이, 옹　언　콰　나이
외출하기 전에 이 자물쇠를 누르세요.

Tôi đã học tiếng Việt **trước khi** sang Việt Nam.
또이 다　혹　띠엥　비엣 쯔억　키　상　비엣　남
베트남에 오기 전에 베트남말을 배웠어요.

3. có thể

"**có thể**"는 "~(으)ㄹ 수 있다, 가능하다"를 의미한다. 보통 동사나 형용사 앞에서 사용된다.

(예) Anh **có thể** sử dụng máy vi tính này.
아잉 꼬 테 스중/융 마이 비 띵 나이
이 컴퓨터를 사용할 수 있어요.

Chị **có thể** gọi điện thoại đi bất cứ nơi nào.
지　꼬　테　고이　디엔　토아이　디　벗　끄　너이　나오
어디든지 전화할 수 있어요.

4. để

"**để**"는 한국말로 "~기 위해(서)" 혹은 "~(으)러"를 뜻한다.

(예) Hãy bấm số 0 **để** gọi cho tiếp tân.
하이　범　소 콩 데 고이　조　띠엡　떤
접수계원한테 (걸기 위해) 0번 누르세요.

Tôi đến Việt Nam **để** du lịch.
또이 덴 비엣　남　데 주/유 릭
저는 관광하러 베트남에 왔어요.

D 연습
LUYỆN TẬP

Ⅰ. 다음 단어와 반의어를 찾으십시오.(Tìm từ trái nghĩa với các từ sau)

1. nhận phòng   ⇔

2. phòng đơn   ⇔

3. tiện nghi   ⇔

4. rẻ   ⇔

5. nóng   ⇔

Ⅱ. 다음 단어와 동의어를 찾으십시오.(Tìm từ đồng nghĩa với các từ sau)

1. muộn   =

2. đắt   =

3. bé   =

4. to   =

5. chật   =

Ⅲ. 순서 맞는 대화를 정리하십시오.(Sắp xếp thành bài hội thoại đúng)

1. Hộ chiếu của tôi đây.

2. Cám ơn, xin mời bà đi nhận phòng.

3. Chào cô, tôi muốn thuê phòng.

4. Ba đêm.

5. Tôi muốn thuê phòng đơn.

6. Vâng, chào bà. Bà muốn thuê phòng loại nào ạ?

7. Bà muốn thuê mấy đêm ạ?

8. Vâng. Xin bà vui lòng cho tôi mượn hộ chiếu.

Ⅳ. 다음 대답에 질문을 찾으십시오.(Tìm câu hỏi cho các câu trả lời dưới đây)

1. _______________________________

   → Chào cô, tôi muốn thuê phòng.

2. _______________________________

   → Phòng đôi.

3. _______________________________

   → Tôi muốn thuê bốn đêm.

4. _______________________________

   → Khách sạn đó phục vụ rất tốt.

5. _______________________________

   → Nhà hàng ở tầng một.

6. _______________________________

   → Tôi sẽ trả phòng lúc 4 giờ chiều.

7. _______________________________

   → Có. Tôi cần hoá đơn đỏ.

A 토픽 표현
CÁCH DIỄN ĐẠT THEO CHỦ ĐỀ

* **회사에서 인사할 때 필요한 문장들**
(Những câu cần thiết khi chào hỏi ở công ty)

질문 (Hỏi)	대답 (Trả lời)
1. **Xin chào mọi người.** 안녕하세요?	1. **Xin chào ông.** 안녕하십니까?
2. **Chúc cô một ngày tốt lành.** 좋은 하루 되세요.	2. **Chúc anh cũng vậy.** 당신도 그렇게 되세요.
3. **Chúc anh cuối tuần vui vẻ.** 주말에 잘 지내세요.	3. **Chúc cô cuối tuần vui vẻ.** 주말에 잘 지내세요.

● 회사에서 이야기할 때 필요한 문장들
(Những câu cần thiết khi giao tiếp ở công ty)

1. Cho tôi biết lịch làm việc hôm nay.
   오늘의 일정표를 알려 주세요.

2. Hôm nay tôi có họp với khách hàng lúc mấy giờ?
   오늘 내가 손님과의 모임이 몇 시예요?

3. Tôi phải đi công tác ở Hà Nội ba ngày.
   하노이에 3일동안 출장을 가야 돼요.

4. Cô mua vé máy bay giúp tôi.
   항공권 좀 사 주세요.

5. Cô đặt phòng ở khách sạn giúp tôi.
   호텔 방 좀 예약해 주세요.

6. Cô chuẩn bị báo cáo giúp tôi.
   보고서 좀 준비해 주세요.

◎ 테마 단어
(Từ vựng theo chủ đề)

Chủ tịch : 회장

Tổng giám đốc : 총재, 사무 총장

Giám đốc : 사장

Kế toán trưởng : 경리 주임, 회계 주임

Nhân viên : 직원

Thư ký : 비서

Trợ lý : 조수, 보조자

Tiếp tân : 리셉션

Thông báo : 통보하다, 알리다

Cuộc hẹn : 약속

Văn phòng : 사무실

Cơ quan : 직장, 기관

Nhà máy : 공장

Đại lý : 대리점, 대리인

Hội thảo : 회의

Hội đàm : 회담

Chiến lược : 전략

Kế hoạch : 계획

Tiếp thị : 마케팅

Kinh doanh : 비즈니스, 영업

Quản trị kinh doanh : 경영

Quảng cáo : 광고

Phân tích : 분석하다

Hợp tác : 합작하다

Mở rộng : 확장하다, 넓히다

Quan hệ : 관계

Doanh thu : 소득, 수입

Luật : 법

Thuế : 세, 세금, 세무

Hoá đơn : 영수증

Hoa hồng : 수수료, 커미션

Giảm giá : 할인(하다)

Phần trăm : 퍼센트

Lợi nhuận : 이윤

Lợi ích : 이익

Lợi tức : 이득

Trưng bày : 전시하다

Hàng mẫu : 견본, 샘플

Khuyến mãi : 판촉

Hàng khuyến mãi : 경품

Thành lập : 성립하다

Điện tử : 전자

Máy móc : 기계

Sản phẩm : 상품, 제품

Sản xuất : 생산하다

Xuất khẩu : 수출하다

Nhập khẩu : 수입하다

Phần mềm : 소프트웨어

Phần cứng : 하드웨어

Công nghệ thông tin : IT, 정보 기술

B 회화
HỘI THOẠI

1. 일정표를 알려 주기(Cho biết lịch làm việc)

Giám đốc : Cô cho tôi lịch làm việc hôm nay nhé.
꼬 저 또이 릭 람 비엑 홈 나이 내

Thư ký : Vâng ạ. Xin ông chờ một chút.
벙 아. 씬 옹 저 못 줏

(Gõ cửa)

Thư ký : Thưa ông, tôi có thể vào được không ạ?
트아 옹, 또이 꼬 테 바오 드억 콩 아

Giám đốc : Xin mời cô vào.
씬 머이 꼬 바오

Thư ký : Thưa giám đốc, hôm nay ông có họp lúc 10 giờ sáng với
트아 잠/얌 독, 홈 나이 옹 꼬 홉 룩 므어이 저/여 상 버이

giám đốc siêu thị điện máy Nguyễn Kim.
잠/얌 독 시에우 티 띠엔 마이 응웬 낌

12 : 30 ông có lịch ăn trưa với giám đốc Công ty Hoà Bình.
므어이 하이 저/여 바 므어이 옹 꼬 릭 안 쯔아 버이 잠/얌 독 꽁 띠 화 빙

3 giờ chiều ông đi thăm nhà máy ở Đồng Nai với kỹ sư Nam.
바 저/여 지에우 옹 디 탐 냐 마이 어 동 나이 버이 끼 스 남

7 giờ tối ông có cuộc hẹn với khách hàng ở Khách sạn
바이 저/여 또이 옹 꼬 꾸옥 핸 버이 카익 항 어 카익 산

New World.
뉴 월드

Giám đốc : Còn gì nữa không?
꼰 지 느아 콩

Thư ký : À, chiều nay tôi **sẽ** đi sân bay lúc 3 giờ, đón giám đốc phân
아, 지에우 나이 또이 새 디 선 바이 룩 바저/여, 돈 잠/얌 독 펀

tích tài chính từ chi nhánh Hà Nội.
띡 따이 징 뜨 지 냐잉 하 노이

Tôi đi bằng xe công ty hay đi bằng tắc xi ạ?
또이 디 방 쌔 꽁 띠 하이 방 딱 씨 아

Giám đốc : Cô nên đi bằng xe của công ty.
꼬 넨 디 방 쌔 꾸아 꽁 띠

Thư ký : Cám ơn ông.
깜 언 옹

Giám đốc : Cô **đã** chuẩn bị xong tài liệu cho cuộc họp lúc 10 giờ sáng chưa?
꼬 다 주언 비 쏭 따이 리에우 조 꾸옥 홉 룩 므어이 저/여 상 즈아

Thư ký : Dạ, tôi đã chuẩn bị xong rồi.
자/야, 또이 다 주언 비 쏭 로이

Giám đốc : Tốt lắm. Cho tôi xem.
똣 람. 조 또이 쌤

Thư ký : Thưa ông, đây ạ.
트아 옹, 더이 아

Giám đốc : Cám ơn cô.
깜 언 꼬

Thư ký : Chào ông.
자오 옹

사장 : 오늘의 일정표를 좀 주세요.

비서 : 예, 잠깐만 기다려 주세요.

(문을 두드리다)

비서 : 제가 들어가도 돼요?

사장 : 들어오세요.

비서 : 사장님, 오늘 오전 10시에 Nguyen Kim전기용품 슈퍼마켓 사장님과 모임이 있어요.

12시 30분에 Hoa Binh회사 사장님과 점심 식사하고요.

오후 3시에 Nam기사님과 같이 Dong Nai에 있는 공장에 방문하러 가고요.

저녁 7시에 New World 호텔에서 파트너과 약속이 있어요.

사장 : 또 있어요?

비서	:	아, 오늘 오후 3시에 제가 공항에 가서 하노이 지점의 재정분석 이사님을 마중할 거예요. 회사 차로 갈까요? 택시로 갈까요?
사장	:	회사 차로 가는 것이 좋아요.
비서	:	고맙습니다.
사장	:	오전 10시 모임에 자료를 다 준비했어요?
비서	:	예, 다 준비했어요.
사장	:	좋아요. 좀 보여 주세요.
비서	:	여기 있어요.
사장	:	고맙습니다.
비서	:	안녕히 계세요.

2. 회의에서(Tại cuộc họp)

Thư kyù : Thưa ông, giám đốc siêu thị điện máy Nguyễn Kim đến
트아 옹, 잠/얌 독 시에우 티 디엔 마이 응웬 낌 덴

rồi ạ.
조이/로이 아

Giám đốc A : Được, cô mời bà ấy vào phòng họp nhé. Tôi sẽ đến ngay.
드억, 꼬 머이 바 어이 바오 퐁 홉 내. 또이 새 덴 응아이

Thư kyù : Dạ.
자/야

. . . .

Giám đốc A : Chào bà, bà có khoẻ không?
자오 바, 바 꼬 쾌 콩

Giám đốc B : Chào ông, tôi rất khoẻ. Còn ông thế nào?
자오 옹, 또이 젓/럿 쾌. 꼰 옹 테 나오

Giám đốc A : Tôi bình thường.
또이 빙 트엉

Tình hình kinh doanh của siêu thị dạo này thế nào?
띵 힝 낑 조아잉/요아잉 꾸아 시에우 티 자오/야오 나이 테 나오

Giám đốc B : Rất tốt.
젓/럿 똣

Có nhiều khách hàng quan tâm và chọn mua sản phẩm
꼬 녜우 카익 항 꽌 떰 바 존 무아 산 펌

ở siêu thị chúng tôi.
어 시에우 티 중 또이

Giám đốc A : Chúc mừng bà.
죽 믕 바

Doanh thu thế nào?
조아잉/요아잉 투 테 나오

Giám đốc B : Cũng khá cao.
꿍 카 까오

Giám đốc A : Tốt lắm.
똣 람

Hiện nay công ty tôi sắp có 3 loại sản phẩm mới có thể
히엔 나이 꽁 띠 또이 삽 꼬 바 로아이 산 펌 머이 꼬 테

đáp ứng nhu cầu cho khách hàng của bà.
답 응 녀우 꺼우 조 카익 항 꾸아 바

Chúng ta hợp tác chứ?
중 따 헙 딱 즈

Giám đốc B : Tất nhiên rồi.
떳 녠 조이/로이

Hôm nay tôi đến đây cũng vì mục đích này.
홈 나이 또이 덴 더이 꿍 비 묵 딕 나이

Giám đốc A : Bà muốn chúng tôi cung cấp bao nhiêu sản phẩm cho
바 무온 중 또이 꿍 껍 바오 녜우 산 펌 조

lần này?
런 나이

Giám đốc B : Tôi muốn 3.000 sản phẩm được không?
또이 무온 바 응안 산 펌 드억 콩

Giám đốc A : Không thành vấn đề.
콩　타잉 번 데

Giám đốc B : Giá cả thế nào?
자/야 까 테 나오

Giám đốc A : Chúng tôi sẽ giảm giá cho bà 10%.
중　또이 새 잠/얌 자/야 조　바 므어이 편 짬

Giám đốc B : Bây giờ chúng tôi **đang** có kế hoạch khuyến mãi.
버이 저/여 중 또이 당 꼬 께 화익 쿠엔 마이

Anh có thể giảm giá 15% được không?
아잉 꼬 테 잠/얌 자/야 므어이 람 편 짬 드억 콩

Giám đốc A : Nếu bà mua 5.000 sản phẩm, chúng tôi sẽ giảm giá 15%.
네우 바 무아 남 응안 산　펌, 중　또이 새 잠/얌 자/야 므어이 람 편 짬

Bà thấy thế nào?
바 터이 테 나오

Giám đốc B : Như vậy cũng được, nhưng chúng tôi sẽ trả tiền 3 đợt
녀으 버이 꿍　드억,　녀응　중　또이새 짜 띠엔 바 덧

được không?
드억　콩

Giám đốc A : Được chứ. Chúng tôi sẽ chuẩn bị hợp đồng.
드억　즈.　중　또이새　주언 비 흡　동

Bây giờ xin mời bà đi xem hàng mẫu.
버이 저/여　머이 바 디 쌤 항　머우

Giám đốc B : Cám ơn ông.
깜　언 옹

비서 : 사장님, Nguyen Kim전기용품 슈퍼마켓 사장님이 오셨어요.

사장 **A** : 그분한테 회의실에 오라고 하세요. 나는 바로 갈게요.

비서 : 예.

사장 **A** : 안녕하세요? 잘 지내셨어요?

사장 B	:	안녕하세요? 저는 잘 지냈어요. 사장님은요?
사장 A	:	저는 보통이에요.
		요즘 슈퍼마켓의 판매 형편이 어때요?
사장 B	:	아주 좋아요. 많은 손님이 우리 슈퍼마켓의 상품에 대해 관심 갖고 샀어요.
사장 A	:	축하드립니다. 소득이 어때요?
사장 B	:	상당히 높아요.
사장 A	:	좋아요.
		현재 우리 회사가 3가지 신제품이 곧 나오고 사장님의 손님 수요에 부응할
		수 있다고 해요. 우리가 합작할까요?
사장 B	:	그래요. 오늘 제가 여기 오는 것도 이런 목적이에요.
사장 A	:	이번에 우리가 제품을 얼마나 공급해 드리면 돼요?
사장 B	:	3,000대이면 돼요?
사장 A	:	문제가 없어요.
사장 B	:	가격은 어때요?
사장 A	:	10% 할인해 드릴게요.
사장 B	:	현재 우리가 프로모션 계획을 하고 있는데 15% 할인해 주실 수 있어요?
사장 A	:	제품 5,000 대를 사신다면 15% 할인해 드릴게요.
사장 B	:	그렇게 해도 되지만 지불은 3번으로 해도 돼요?
사장 A	:	되지요. 우리가 계약서를 준비할게요.
		지금 샘플을 보러 가시지요.
사장 B	:	고맙습니다.

새 단어(Từ mới)

lịch làm việc 일정표	tài liệu 재료	mục đích 목적
gõ cửa 문을 두드리다	tình hình kinh doanh	cung cấp 공급하다
họp 모임	판매 형편	không thành vấn đề
thăm 방문하다	quan tâm 관심	무제가 없다
nhà máy 공장	sản phẩm 제품, 상품	giảm giá 할인하다
cuộc hẹn 약속	doanh thu 소득	kế hoạch 계획
khách hàng 손님, 파트너	khá cao 상당히 높다	khuyến mãi 프로모션
phân tích tài chính	đáp ứng ~에 부응하다	chuẩn bị 준비하다
재정분석	nhu cầu 수요	hợp đồng 계약서
chi nhánh 지점	hợp tác 합작하다	hàng mẫu 견본, 샘플

C 문법
NGỮ PHÁP

1. đã

"**đã**"는 동사 앞에서 사용되고 과거 시제를 표시한다.

$$\textbf{đã} + 동사$$

예 Tôi **đã** mua cái đó.
또이 다 무아 까이 도
나는 그것을 샀어요.

Cô **đã** chuẩn bị xong chưa?
꼬 다 주언 비 쏭 즈아
준비가 다 되었어요?

그 밖에는 "**rồi**"를 동사 뒤에서 같이 사용할 수 있다. 뜻이 차이가 없다. 이런 경우에는 "**đã**"를 생략해도 된다.

예 Anh ấy (**đã**) ăn cơm **rồi**.
아잉 어이 (다) 안 껌 조이/로이
그는 밥을 먹었다.

2. đang

"**đang**"은 동사 앞에서 사용되고 진행 현재 시제를 표시한다.

đang+동사

예 Anh ấy **đang** chờ người yêu.
아잉 어이 당 저 응으어이 이에우
그는 애인을 기다리고 있어요.

Chúng tôi **đang** có kế hoạch khuyến mãi.
중 또이 당 꼬 께 화익 퀜 마이
우리는 프로모션 계획을 하고 있어요.

3. sẽ

"**sẽ**"는 동사 앞에서 사용되고 미래 시제를 표시한다.

sẽ+동사

예 Tuần sau tôi **sẽ** đi công tác.
뚜안 사우 또이 새 디 꽁 딱
저는 다음 주에 출장 갈 거예요.

Chiều nay tôi **sẽ** đi sân bay lúc 3 giờ.
지에우 나이 또이 새 디 선 바이 룩 바 저/여
오늘 오후 3시에 공항에 갈 거예요.

D 연습
LUYỆN TẬP

I. 적합한 단어를 골라서 빈 칸에 채우십시오.

(Tìm từ thích hợp điền vào chỗ trống)

1. Sáng nay, tôi có họp _________________ 9 giờ.

2. Tháng sau chúng tôi _________________ ký hợp đồng mới.

3. Tuần trước, anh Han _________________ đi công tác ở Thái Lan.

4. Cuối tuần này chúng tôi _________________ hội thảo ở Mũi Né.

5. Cô _________________ báo cáo chưa?

II. 문장에 잘못된 것을 찾고 고치십시오.(Tìm và sửa lỗi cho câu)

1. Anh công tác đi bao lâu?

2. Tôi công tác 2 ngày.

3. Ngày gì anh đi?

4. kia ngày.

5. chúc thành công anh.

III. 맞는 문장을 정리하십시오.(Sắp xếp thành câu hoàn chỉnh)

1. lúc mấy giờ, bắt đầu, cuộc họp?

→ ____

2. Giám đốc Jung, muốn, tôi, gặp.

→ ____

3. Anh , báo cáo, làm xong, tổng kết, chưa, đã?

→ ____

4. Tuần sau, công tác, tôi, đi, sẽ, ở Đà Nẵng.

    → ____

5. Ngày mai, thăm, chủ tịch, đi, nhà máy, sẽ,

    → ____

6. mới nhất,của, đây là, sản phẩm, công ty tôi.

    → ____

7. Xin mời, đọc lại, ông, hợp đồng.

    → ____

Ⅳ. A쪽과 B쪽을 맞게 연결하십시오.(Nối A và B thành câu đúng)

A	B
1. Hôm qua công ty tôi đã ký được	a. tôi là kỹ sư.
2. Dạo này người Việt Nam rất	b. lần này thế nào?
3. Hàng điện tử của Hàn Quốc	c. lúc mấy giờ?
4. Hội nghị khách hàng bắt đầu	d. sản phẩm mới chưa?
5. Kế hoạch quảng cáo và tiếp thị	e. ba hợp đồng lớn.
6. Công ty anh sắp có	f. được người Việt rất ưa chuộng.
7. Tôi không phải là giám đốc,	g. quan tâm đến cổ phiếu.

A 토픽 표현
CÁCH DIỄN ĐẠT THEO CHỦ ĐỀ

*** 집 찾고 임대할 때 필요한 문장들**
(Những câu cần thiết khi tìm và thuê nhà)

질문 (Hỏi)	대답 (Trả lời)
1. Chào cô, cô cần gì ạ? 안녕하세요? 뭐가 필요해요?	1. Chào bà, tôi muốn thuê nhà. 안녕하세요? 방을 임대하고 싶어요.
2. Chị sẽ thuê bao lâu? 얼마동안 임대할 거예요?	2. Sáu tháng. 6개월요.
3. Anh thấy phòng này thế nào? 이 방은 어때요?	3. Đẹp lắm. 예쁘네요.

 테마 단어
(Từ vựng theo chủ đề)

Chủ nhà : 집 주인

Người thuê : 차가인

Người cho thuê : 빌려 주는 사람

Cho thuê : 임대해 주다

Thuê : 임대하다

Chung cư : 아파트

Cũ : 헌, 오래된

Mới : 새, 새로운

Nhỏ : 작다

Lớn : 크다

Hẹp : 좁다

Ồn ào : 시끄럽다

Yên tĩnh : 조용하다

Trung tâm : 중심지, 센터

Ngoại ô : 교외, 시외

Mắc / đắt : 비싸다

Rẻ : 싸다

Tiện lợi : 편리하다

Tiện nghi : 시설이 다 되는

Hợp đồng : 계약서

Điện : 전기

Nước : 수도, 물

Điện thoại : 전화

Bàn : 탁자, 책상

Ghế : 의자

Giường : 침대

Tủ quần áo : 옷장

Tủ sách : 책장

Máy lạnh : 에어컨

Tủ lạnh : 냉장고

Máy giặt : 세탁기

Ti vi : 텔레비전

Internet : 인터넷

An ninh : 안보, 치안

An toàn : 안전하다

Hư / hỏng : 고장나다

Sửa : 고치다, 수리하다

Trang trí : 꾸미다, 장식하다

Nội thất : 인테리어

Trang trí nội thất : 실내 장식

Tầng : 층

Diện tích : 면적

Mét vuông : 평방 미터

B 회화
HỘI THOẠI

1. 집 찾기(Tìm nhà)

Min Jung : A lô, chào Thu Trang, mình là Min Jung đây.
알로, 자오 투 짱, 밍 라 민정 더이

Thu Trang : A, chào Min Jung, bạn có khoẻ không?
아, 자오 민정, 반 꼬 쾌 콩

Min Jung : Cám ơn, mình khoẻ.
깜 언, 밍 쾌.

Còn Thu Trang thế nào?
꼰 투 짱 테 나오

Thu Trang : Mình cũng bình thường.
밍 꿍 빙 트엉

Min Jung : Thu Trang ơi, chủ nhật tuần này bạn có rảnh không?
투 짱 어이, 주 녓 뚜언 나이 반 꼬 자잉/라잉 콩

Thu Trang : Mình rảnh, có chuyện gì không?
밍 자잉/라잉, 꼬 쩬 지 콩

Min Jung : Không có gì quan trọng.
콩 꼬 지 꽌 쫑

Mình muốn nhờ Thu Trang đi tìm nhà với mình.
밍 무온 녀 투 짱 디 띰 냐 버이 밍

Thu Trang : Được, lúc mấy giờ?
드억, 룩 머이 저/여

Min Jung : Lúc 9 giờ sáng.
룩 진 저/여 상

Thu Trang : Mình biết rồi.
밍 비엣 조이/로이

Mình sẽ đến đón Min Jung trước 9 giờ sáng.
밍 새 덴 돈 민정 쯔억 진 저/여 상

Min Jung : Cám ơn trước nhé.
깜 어 쯔억 냬

Thu Trang : Không có chi.
콩 꼬 지

Hẹn gặp lại lúc 9 giờ sáng ngày chủ nhật.
핸 갑 라이 룩 진 저/여 상 응아이 주 녓

Min Jung : Tạm biệt.
땀 비엣

민정 : 여보세요! 투짱 씨, 저는 민정이에요.

투 짱 : 아, 민정 씨, 안녕하세요? 잘 지냈어요?

민정 : 고맙습니다. 저는 잘 지냈어요. 투짱 씨는요?

투 짱 : 저는 역시 보토이에요.

민정 : 투짱 씨, 이번 주 일요일에 시간이 있어요?

투 짱 : 예, 시간이 있어요. 혹시 무슨 일이 있어요?

민정 : 중요한 일이 아닌데요. 저랑 같이 집 찾기 부탁하고 싶거든요.

투 짱 : 괜찮아요. 몇 시에요?

민정 : 오전 9시에요.

투 짱 : 알았어요.

오전 9시 전에 민정 씨를 마중하러 갈게요

민정 : 고맙습니다.

투 짱 : 천만에요.

일요일 오전 9시에 만나요.

민정 : 안녕히 계세요.

2. 민정과 투짱은 같이 집을 보러 간다
(Min Jung và Thu Trang cùng đi xem nhà)

Thu Trang : Chào ông, chúng tôi muốn thuê nhà.
자오 옹, 쭝 또이 무온 퉤 냐

Ông là chủ nhà phải không?
옹 라 주 냐 파이 콩

Chủ nhà : Đúng rồi.
둥 조이/로이

Chào các cô, xin mời các cô vào nhà.
자오 깍 꼬, 씬 머이 깍 꼬 바오 냐

Xin mời các cô đi xem nhà.
씬 머이 깍 꼬 디 쌤 냐

Thu Trang và Min Jung : Vâng.
벙

Chủ nhà : Nhà tôi mới xây một năm, còn mới lắm, tôi muốn cho
냐 또이 머이 써이 못 남, 꼰 머이 람, 또이 무온 조

thuê 2 phòng ở trên tầng 2.
퉤 하이 퐁 어 쩬 떵 하이

Thu Trang : Còn tầng 3 thế nào?
꼰 떵 바 테 나오

Chủ nhà : Tầng 3 tôi đã cho 2 người Thái Lan và một người Đài Loan
떵 바 또이 다 조 하이 응으어이 타이 란 바 못 응으어이 다이 로안

thuê rồi.
퉤 조이/로이

Thu Trang : Một phòng rộng bao nhiêu mét vuông?
못 퐁 종/롱 바오 녜우 맷 부옹

Chủ nhà : 30 mét vuông.
바 므어이 맷 부옹.

Trong phòng có ti vi, máy lạnh, bàn ghế, giường, tủ,
쫑 퐁 꼬 티 비, 마이 라잉, 반 게, 즈엉 뚜,

truyền hình cáp và internet.
쭈엔 힝 깝 바 인터넷

Min Jung : Có nhà vệ sinh trong phòng không, thưa ông?
꼬 냐 베 싱 쫑 퐁 콩, 트아 옹

Chủ nhà : Có chứ.
꼬 즈

Trong nhà vệ sinh **không những** có máy tắm nước
쫑 냐 베 싱 콩 녀응 꼬 마이 땀 느억

nóng, máy giặt **mà còn** có bồn tắm.
농, 마이 잣/얏 마 꼰 꼬 본 땀

Thu Trang : Bao nhiêu tiền một tháng ạ?
바오 녜우 띠엔 못 탕

Chủ nhà : Năm triệu đồng một tháng.
남 찌에우 동 못 탕

Thu Trang : Hơi mắc.
허이 막

Min Jung thấy thế nào?
민정 터이 테 나오

Min Jung : Mình thấy nhà này rất đẹp, trong phòng đầy đủ tiện nghi.
밍 터이 냐 나이 젓/럿 뎁, 쫑 퐁 더이 두 띠엔 응이

Hơn nữa lại gần trường đại học, siêu thị và nhà sách.
헌 느아 라이 건 쯔엉 다이 혹, 시에우 티 바 냐 사익

Theo Thu Trang, bao nhiêu thì được?
태오 투 짱, 바오 녜우 티 드억

Thu Trang : Mình nghĩ bốn triệu đồng thôi.
밍 응이 본 찌에우 동 토이

Bốn triệu đồng được không?
본 찌에우 동 드억 콩

Chủ nhà : Không được, tôi nói đúng giá.
콩 드억, 또이 노이 둥 자/야

Min Jung : Thưa ông, 5.000.000 đồng đã bao gồm **những** chi phí
트아 옹, 남 찌에우 동 다 바오 곰 녀응 지 피

như tiền điện, tiền nước và truyền hình cáp chưa?
녀으 띠엔 디엔, 띠엔 느억 바 쭈엔 힝 깝 즈어

Chủ nhà : Tiền nước và truyền hình cáp tôi sẽ trả **nhưng** tiền điện
띠엔 느억 바 쭈엔 힝 깝 또이새 짜 녀응 띠엔 디엔

và internet cô tự trả.
바 인터넷 꼬 뜨 짜

Min Jung : Thưa ông, trả thế nào?
트아 옹, 짜 테 나오

Chủ nhà : Hàng tháng nhân viên sẽ đến thu tiền.
항 탕 년 비엔새 덴 투 띠엔

Min Jung : Ngày nào ạ?
응아이 나오 아

Chủ nhà : Họ thường đến thu vào ngày 5 hàng tháng.
호 트엉 덴 투 바오 응아이남 항 탕

Min Jung : Cám ơn ông. Ông đã chuẩn bị hợp đồng chưa ạ?
깜 언 옹. 옹 다 주언 비협 동 즈아 아

Chủ nhà : Con trai tôi đã chuẩn bị nhưng bây giờ nó đi chơi đá
꼰 짜이 또이 다 주안 비 녀응 버이 저/여 노 디 쩌이 다

banh với bạn nó rồi.
바잉 버이 반 노 조이/로이

Tối nay các cô trở lại được không?
또이 나이 깍 꼬 쩌 라이 드억 콩

Cô cho tôi biết, cô sẽ thuê bao lâu?
꼬 조 또이 비엣, 꼬 새 퉤 바오 러우

Min Jung : Tôi sẽ thuê 6 tháng.
또이 새 퉤 사우 탕

Ông làm ơn cho biết. Tôi sẽ trả tiền thế nào?
옹 람 언 조 비엣. 또이 새 짜 띠엔 테 나오

Chủ nhà : Sau khi ký hợp đồng thuê nhà, cô trả cho tôi 3 tháng.
사우 키 끼협 동 퉤 냐, 꼬 짜 조 또이바 탕

Sau 3 tháng, mỗi tháng cô trả một lần vào ngày đầu tháng.
사우바 탕, 모이 탕 꼬 짜 못 런 바오 응아이 더우 탕

Min Jung : Cám ơn ông.
깜 언 옹.

7 giờ tối nay chúng tôi sẽ quay lại.
바이 저/여 또이　　중　또이 새　꽈이 라이

Chào ông.
자오　옹

Thu Trang : Chào ông.
자　옹

Chủ nhà : Chào các cô.
자오　깍　꼬

투 짱 : 안녕하세요? 저희는 집를 임대하고 싶어요.

집 주인이시지요?

집 주인 : 맞아요.

안녕하세요? 집에 들어오세요.

집 보러 가시지요.

투 짱과민정 : 예.

집 주인 : 우리 집이 지은지 1년만 됐기 때문에 새 집 같아요. 2층에 있는 2방을 임대해

주고 싶어요.

투 짱 : 3층은요?

집 주인 : 3층은 태국 사람 2명 하고 대만 사람 1명한테 임대해 주고 있거든요.

투 짱 : 방은 몇 평방 미터예요?

집 주인 : 30평방 미터인데 방 안에 텔레비전, 에어콘, 탁자, 의자, 침대, 옷장, 케이블

티비 그리고 인터넷이 다 있어요.

민정 : 방 안에 화장실이 있어요?

집 주인 : 있지요. 화장실에는 온수 샤워기, 세탁기뿐만 아니라 욕조도 있어요.

투 짱 : 한 달에 얼마예요?

집 주인 : 한 달에 오백만동이에요.

투 짱 : 좀 비싸요.

민정 씨는 어떻게 생각하세요?

민정 : 제 생각에는 이 집이 아주 예쁘고 방 안에 시설이 충분해요. 게다가 대학교,

슈퍼마켓 그리고 서점에서 가까워요.

투짱 씨 생각에는 얼마이면 적당해요?

투 짱	:	제 생각에는 사백만동요.
		사백만동은 돼요?
집 주인	:	안 돼요. 저는 정가를 말했어요.
민정	:	주인님, 오백만동은 전기료, 수도료 그리고 케이블 티비 요금 같은 비용을 다 포함했어요?
집 주인	:	수도료와 케이블 티비 요금은 제가 내지만 전기료와 인터넷 요금은 저쪽이 내야 돼요.
민정	:	주인님, 어떻게 내요?
집 주인	:	월마다 직원이 와서 받아요.
민정	:	어느 날에요?
집 주인	:	보통 그들은 월마다 5일에 와서 받는 거예요.
민정	:	고맙습니다. 계약서를 준비하셨어요?
집 주인	:	우리 아들은 준비했지만 지금 친구와 같이 축구하러 갔어요. 오늘 저녁에 다시 오시면 돼요?
		얼마동안 임대할 지 좀 알려 줄 수 있어요?
민정	:	6개월동안 임대할 거예요.
		돈을 어떻게 낼 지 좀 알려 주시겠어요?
집 주인	:	임대 계약서를 사인한 후에 3개월의 월세를 내세요.
		3개월 후에, 월마다 첫날에 월세를 한 달씩 내세요.
민정	:	고맙습니다. 오늘 저녁 7시에 저희가 다시 오겠어요.
		안녕히 계세요.
투 짱	:	안녕히 계세요.
집 주인	:	안녕히 가세요.

새 단어(Từ mới)

tìm nhà 집을 찾다	giường 침대	tiện nghi 시설이 충분하다
rảnh	tủ 옷장	gần 가깝다
시간이 있다, 한가하다	truyền hình cáp	nhà sách 서점
quan trọng 중요하다	케이블 텔레비전	nghĩ 생각하다
trước 전	máy tắm nước nóng	đúng giá 정가
thuê 임대하다	온수 샤워기	điện 전기
chủ nhà 집 주인	máy giặt 세탁기	nước 수도
xây 세오다, 건축하다	bồn tắm 욕조	thu tiền 요금을 받다
mét vuông 평방미터	mắc 비싸다	đá banh 축구하다
bàn ghế 탁자와 의자	đẹp 예쁘다	quay lại 다시 오다

C 문법
NGỮ PHÁP

1. không những ··· màcòn ···

"**không những** ··· **mà còn** ···" 구조의 용법과 의미는 한국말의 "~(으)ㄹ 뿐만 아니라 ···"와 비슷하다.

⟨예⟩ Nhà vệ sinh **không những** có máy tắm nước nóng **mà còn** có bồn tắm.
냐 베 싱 콩 녀응 꼬 마이 땀 느억 농 마 꼰 꼬 본 땀
화장실에는 온수 샤워기뿐만 아니라 욕조도 있어요.

Anh ấy **không những** biết nói tiếng Hàn Quốc **mà còn** biết nói tiếng Việt.
아잉 어이 콩 녀응 비엣 노이 띠엥 한 꾸옥 마 꼰 비엣 노이 띠엥 비엣
그는 한국말뿐만 아니라 베트남말도 할 수 있어요.

2. hơn nữa

"**hơn nữa**"의 뜻은 한국말의 "게다가"와 비슷하다. 이미 말한 것에 어떤 말을 보충시키고 싶을 때 사용된다.

예) **Hơn nữa** lại gần trường đại học, siêu thị.
  헌 느아 라이 건 쯍엉 다이 혹, 셰우 티
게다가 대학교, 슈퍼마켓에서 가깝다.

Ở Việt Nam có nhiều loại trái cây, **hơn nữa** lại ngon và rẻ.
어 비엣 남 꼬 녜우 로아이 짜이 꺼이, 헌 느아 라이 응온 바 재/래

베트남에는 과일 종류가 많은 데다가 아이라 맛도 좋고 싸다.

3. những

복수를 나타나는 "**những**"은 명사 앞에서 사용된다. 의미와 용법은 한국말의 '들' 과 비슷하다.

những + 명사

예) Sáng nay **những** ai đã đến trễ?
  상 나이 녀응 아이 다 덴 쩨
오늘 아침 누가 늦게 왔어요?

Chúng em phải ôn tập **những** bài nào?
  중 앰 파이 온 떱 녀응 바이 나오
저희는 어느 과을 복습해야 돼요?

4. nhưng

대립, 상반, 반대를 가리키는 "**nhưng**"은 한국말로 "지만"을 뜻하다.

예) Gia đình tôi không giàu **nhưng** hạnh phúc.
  자/야 딩 또이 콩 자우/야우 녀응 하잉 푹
우리 가족은 부유하지 않지만 행복해요.

Cô ấy không đẹp **nhưng** thông minh.
  꼬 어이 콩 뎀 녀응 통 밍
그녀는 예쁘지 않지만 똑똑해요.

D 연습
LUYỆN TẬP

Ⅰ. 다음 문장을 완성하십시오.(Hoàn thành các câu sau)

1. Tôi không thích sống ở nhà riêng, tôi _____________________.

2. Tôi đã sống ở Việt Nam _____________________.

3. Gia đình tôi chuyển nhà _____________________.

4. Cô ấy và bạn cô ấy sống _____________________.

5. Giá thuê nhà ở Việt Nam _____________________.

Ⅱ. 다음 질문을 답하십시오.(Trả lời các câu hỏi sau)

1. ông thích sống ở chung cư hay nhà riêng?

   ➡ ____

2. Cô đã sống ở Việt Nam bao lâu rồi?

   ➡ ____

3. Trước đây cô sống ở chung cư hay nhà riêng?

   ➡ ____

4. Từ nhà anh đến công ty xa hay gần?

   ➡ ____

5. Nơi anh ở an ninh có tốt không?

   ➡ ____

Ⅲ. 종류가 같지 않은 단어를 표시하십시오.(đánh dấu vào từ không cùng loại)

1. phòng khách, tủ, rẻ, phòng vệ sinh, phòng ngủ.

2. yên tĩnh, gần, bàn, thuê, mắc.

3. sạch, chung cư, đẹp, xa, ở.

4. chủ nhà, tầng trệt, tầng hai, tầng ba, xây.

5. người thuê, tiện nghi, tiện lợi, bếp, thoáng mát.

6. sân, vườn, cổng, nhỏ, bán.

Ⅳ. 맞는 문장을 정리하십시오.(Sắp xếp lại thành câu hoàn chỉnh)

1. Chào bà, nhà, thuê, tôi, muốn.

   → ______________________________________

2. Bà, ạ, là, phải không, chủ nhà?

   → ______________________________________

3. Thưa bà, bao lâu, nhà này, xây, rồi?

   → ______________________________________

4. Nhà này, bao nhiêu, bà, cho thuê, một tháng?

   → ______________________________________

5. Xin lỗi, bao lâu, cô, thuê, sẽ?

   → ______________________________________

6. một năm, sẽ, tôi, thuê, khoảng.

   → ______________________________________

7. Bà, hợp đồng, chuẩn bị, nhé.

   → ______________________________________

자주 사용하는 말

제4부

Phần 4. Các từ ngữ thông dụng

– 기수(Số đếm)
– 서수(Số thứ tự)
– 요일(Ngày trong tuần)
– 월(Tháng)
– 계절(Mùa)
– 시간을 가리키는 말(Từ ngữ chỉ thời gian)
– 가족 관계를 가리키는 말(Từ ngữ chỉ quan hệ gia đình)
– 신체를 가리키는 말(Từ ngữ chỉ các bộ phận của cơ thể)
– 직업을 가리키는 말(Từ ngữ chỉ nghề nghiệp)
– 직장, 장소를 가리키는 말(Từ ngữ chỉ nơi làm việc, nơi chốn)
– 색깔을 가리키는 말(Từ ngữ chỉ màu sắc)
– 방위를 가라키는 말(Từ ngữ chỉ phương vị)
– 동물을 가리키는 말(Từ ngữ chỉ động vật)
– 욕실용품을 가리키는 말(Từ ngữ chỉ đồ dùng trong phòng tắm)
– 가정용품을 가리키는 말(Từ ngữ chỉ đồ dùng trong gia đình)
– 부엌용품을 가리키는 말(Từ ngữ chỉ đồ dùng trong bếp)
– 사무실용품을 가리키는 말(Từ ngữ chỉ đồ dùng văn phòng)
– 의복을 가리키는 말(Từ ngữ chỉ trang phục)
– 음식을 가리키는 말(Từ ngữ chỉ món ăn)
– 과일을 가리키는 말(Từ ngữ chỉ trái cây)
– 맛을 가리키는 말(Từ ngữ chỉ các vị)
– 의학을 가리키는 말(Từ ngữ y học)
– 분류사(Danh từ chỉ loại)
– 자주 사용하는 전치사(Các giới từ thông dụng)
– 자주 사용하는 동사(Các động từ thông dụng)
– 자주 사용하는 형용사(Các tính từ thông dụng)
– 자주 사용하는 말(Các câu nói thông dụng)
– 축하하는 말(Câu chúc)

기수(Số đếm)

một	1	một trăm	100
hai	2	một nghìn(một ngàn)	1,000
ba	3	mười nghìn	10,000
bốn	4	một trăm nghìn	100,000
năm	5	một triệu	1,000,000
sáu	6	mười triệu	10,000,000
bảy	7	một trăm triệu	100,000,000
tám	8	một tỉ	1,000,000,000
chín	9	mười tỉ	10,000,000,000
mười	10	một trăm tỉ	100,000,000,000

서수(Số thứ tự)

thứ nhất	첫째, 첫번째	thứ sáu	여섯째, 여섯번째
thứ hai	둘째, 두번째	thứ bảy	일곱째, 일곱번째
thứ ba	셋째, 세번째	thứ tám	여덟째, 여덟번째
thứ tư	넷째, 네번째	thứ chín	아홉째, 아홉번째
thứ năm	다섯째, 다섯번째	thứ mười	열째, 열번째

요일(Ngày trong tuần)

thứ hai	월요일	thứ sáu	금요일
thứ ba	화요일	thứ bảy	토요일
thứ tư	수요일	chủ nhật	일요일
thứ năm	목요일		

월(Tháng)

tháng một	1월	tháng bảy	7월
tháng hai	2월	tháng tám	8월
tháng ba	3월	tháng chín	9월
tháng tư	4월	tháng mười	10월
tháng năm	5월	tháng mười một	11월
tháng sáu	6월	tháng mười hai	12월

계절(Mùa)

xuân hạ thu đông	춘하추동	mùa đông	겨울
mùa xuân	봄	mùa mưa	건기
mùa hè	여름	mùa khô	우기
mùa thu	가을		

시간을 가리키는 말(Từ ngữ chỉ thời gian)

tiếng	시간	tối qua	어제 저녁
giờ	시	đêm qua	어제 밤
phút	분	sáng nay	오늘 오전
giây	초	trưa nay	오늘 점심 때
ngày	일, 날	chiều nay	오늘 오후
tuần	주일	tối nay	오늘 저녁
tháng	월, 달	đêm nay	오늘 밤
năm	년, 해	sáng mai	내일 오전
sáng	오전	trưa mai	내일 점심 때
trưa	정오, 점심 때	chiều mai	내일 오후
chiều	오후	tối mai	내일 저녁
tối	저녁	đêm mai	내일 밤
đêm	밤	tuần trước/tuần rồi	지난 주
hôm kia	그저께	tuần này	이번 주
hôm qua	어제	tuần sau/tuần tới	다음 주
hôm nay	오늘	tháng trước/tháng rồi	지난 달
ngày mai	내일	tháng này	이번 달
ngày mốt	모레	tháng sau/tháng tới	다음 달
ngày kia	글피	năm trước/năm ngoái/năm rồi	작년
sáng qua	어제 오전	năm nay	올해
trưa qua	어제 점심 때	năm sau/năm tới	내년
chiều qua	어제 오후		

가족 관계를 가리키는 말(Từ ngữ chỉ quan hệ gia đình)

ông nội	할아버지	con gái	딸
bà nội	할머니	cháu nội(trai)	손자
ông ngoại	외할아버지	cháu nội(gái)	손녀
bà ngoại	외할머니	cháu trai	조카, 생질
bác trai	큰아버지	cháu gái	조카딸, 질녀
bác gái	큰어머니	anh họ	사촌형(em trai gọi),
chú	작은아버지(đã lấy vợ),		사촌오빠(em gái gọi)
	삼촌(chưa lấy vợ)	chị họ	사촌누나(em trai gọi),
thím	작은어머니		사촌언니(em gái gọi)
cô	고모	ba chồng/bố chồng	시아버지
chú(chồng cô)	고모부	má chồng/mẹ chồng	시어머니
cậu	외삼촌	ba vợ/bố vợ	장인
mợ	외숙모	má vợ/mẹ vợ	장모(님)
dì	이모	anh rể	형부
dượng	이모부	em rể	제부씨(chị gọi chồng em gái),
cha mẹ/bố mẹ/ba má/ba mẹ	부모(님)		매제(anh gọi chồng em gái)
ba, bố, cha	아버지, 아빠	chị dâu	형수
má, mẹ	어머니, 엄마	em dâu	올케(chị gọi vợ em trai),
chồng	남편		제수씨(anh gọi vợ em trai)
vợ	아내	con rể	사위
anh chị em	형제자매	con dâu	며느리
anh em trai	형제	bà con, họ hàng	친척
chị em gái	자매	cha nuôi	양아버지
anh(trai)	형, 오빠	mẹ nuôi	양어머니
chị(gái)	누나, 언니	con nuôi(trai)	양자, 계자
em	동생	con nuôi(gái)	양녀(수양딸)
em trai	남동생	cha kế, cha dượng	계부
em gái	여동생	mẹ kế	계모
con trai	아들		

신체를 가리키는 말(Từ ngữ chỉ các bộ phận của cơ thể)

đầu	머리	lưng	등
tóc	머리카락	cột sống/xương sống	등뼈
mặt	얼굴	eo	허리
trán	이마	hông	궁둥이
lông mày	눈썹	mông	궁둥이의 살
lông mi	속눈썹	chân	다리
mắt	눈	đùi	대퇴
mí mắt	눈꺼풀	gối	무릎
tai	귀	bắp chân	종아리, 하퇴
má	뺨, 볼	cổ chân/mắt cá	발목
mũi	코	bàn chân	발
sống mũi	콧등	ngón chân	발가락
miệng	입	móng chân	발톱
môi	입술	thực quản	식도
răng	이	khí quản	기관
lưỡi	혀	phế quản	기도
cằm	턱, 턱끝	phổi	폐
cổ	목	tim	심장
vai	어깨	gan	간
cánh tay	팔	thận	신장
khuỷu tay	팔꿈치	túi mật/mật	쓸개
cổ tay	손목	dạ dày/bao tử	위
bàn tay	손	ruột non	소장
ngón tay	손가락	ruột già/đại tràng	대장
móng tay	손톱	tuyến tiền liệt	전립선
ngực	가슴	bàng quang/bọng đái	방광
bụng	배	xương	뼈
eo/thắt lưng	허리	máu	피

직업을 가리키는 말(Từ ngữ chỉ nghề nghiệp)

giáo sư	교수	thư ký	비서
giảng viên(đại học)	(대학) 강사	luật sư	변호사
giáo viên	교사, 선생	cảnh sát	경찰, 경찰관
nhân viên nhà nước	공무원	công an	공안
quan chức ngoại giao	외교관	trợ lý	조수, 보조자
doanh nhân	실업가, 사업가	kế toán	회계원, 회계관
nhân viên	직원	kế toán trưởng	경리 부장, 경리 주임, 회계 주임
diễn viên	영화 배우	thu ngân	출납원
diễn viên điện ảnh	영화 배우	tiếp tân	응접계원, 접수계원
diễn viên kịch nói	연극 배우	phi công	(비행기) 조종사, 파일럿
tiếp viên hàng không(nam)	스튜어드	kỹ sư	기사, 기술자
tiếp viên hàng không(nữ)	스튜어디스	kiến trúc sư	건축가, 건축사
hướng dẫn viên du lịch	관광 안내원	nhà thiết kế	디자이너
bác sĩ	의사	bảo vệ	경비원
nha sĩ	치과 의사	công nhân	근로자, 노동자, 직공
dược sĩ	약사	nông dân	농부, 농민
y tá	간호사	ngư dân	어부
nhạc sĩ	음악가, 작곡가	người làm vườn	원예사, 정원사, 조원업자
họa sĩ	화가	đầu bếp	요리사
nghệ sĩ	예술가	nội trợ	주부
ca sĩ	가수	người giúp việc(gia đình)	가정부
tài xế	운전 기사	người phục vụ	(음식점) 사환, 웨이터
phóng viên	기자	sinh viên	대학생
nhà văn	작가	học sinh	학생
giám đốc	사장		

직장, 장소를 가리키는 말(Từ ngữ chỉ nơi làm việc, nơi chốn

công ty	회사	bến tàu khách	여객선 터미널
văn phòng	사무실	nơi bán vé	매표소
nhà máy/xưởng	공장	bệnh viện	병원
trường học	학교	trung tâm y tế	보건소
trường đại học	대학교	trạm kiểm dịch	검역소
trường trung học phổ thông	고등학교	bưu điện	우체국
trường trung học cơ sở	중학교	tòa soạn báo	신문사
trường tiểu học	초등학교	đài phát thanh – truyền hình	방송국
trường mầm non/nhà trẻ	유치원	công viên	공원
trung tâm ngoại ngữ	외국어 센터, 학원	sân vận động	운동장/경기장
tiệm sách	서점, 책방	nhà hát/rạp hát	극장
tiệm thuốc/hiệu thuốc	약국, 약방	rạp chiếu phim	영화관
tiệm thuốc bắc(Hàn Quốc)	한약방	ngân hàng	은행
chợ	(재래) 시장	khách sạn	호텔
siêu thị	백화점, 슈퍼마켓	nhà nghỉ	모텔
cửa hàng	가게, 상점	khách sạn nhỏ/lữ quán	여관
trung tâm thương mại	상가, 무역센터	nhà khách	게스트 하우스
sân bay	공항	nhà trọ	하숙집
cảng	항구	ký túc xá	기숙사, 학사, 생활관
ga	역	trạm dừng(chân)	휴게소
ga xe lửa	기차역	nhà hàng	(고급, 큰) 식당, 레스토랑
ga xe điện ngầm	지하철역	quán ăn	식당, 요리점
bến xe tốc hành	고속 터미널	tiệm ăn	음식점
bến xe ngoại thành	시외버스 터미널	căn tin	매점
bến xe(bus)	버스 터미널	tửu quán	술집
trạm dừng xe buýt	버스 정류장	hộp đêm	나이트 클럽
nơi bán vé	매표소	câu lạc bộ	클럽
bến tàu	선착장	trạm xăng dầu	주유소

quốc hội	국회	cục quản lý xuất nhập cảnh	
hội đồng nhân dân	(인민) 의회		출입국관리사무소
tòa thị chính	시청	tòa án	법원
ủy ban nhân dân	인민위원회	đồn cảnh sát	경찰서
ủy ban nhân dân thành phố		sở cứu hỏa	소방서
	…시 인민위원회	cục thuế	세무서
ủy ban quận	구청	hải quan	세관
ủy ban phường	동사무소	viện dưỡng lão	양로원
ủy ban xã	면사무소	cô nhi viện	고아원
lãnh sự quán	영사관	thẩm mỹ viện	미장원
đại sứ quán	대사관	tiệm thẩm mỹ	미용실
viện kiểm sát	검찰청		

색깔을 가리키는 말 (Từ ngữ chỉ màu sắc)

màu đen	검은 색, 검정색	màu tím	보라색
màu trắng	흰 색, 하얀 색	màu cam	오렌지색
màu xanh dương	푸른 색, 청색	màu hoàng kim	황금색
màu xanh da trời	하늘색	màu vàng cam	주황색
màu xanh lá cây	초록색	màu đỏ tía	자주색
màu xanh lục	녹색	màu tía	자색
màu xanh nõn chuối	연두색	màu chàm	남색
màu hồng	분홍색	màu be	베이지색
màu đỏ	빨간 색	màu sậm	짙은 색
màu vàng	노란 색	màu nhạt	연한 색
màu nâu	갈색	màu sáng	밝은 색
màu xám	회색		

방위를 가라키는 말(Từ ngữ chỉ phương vị)

trước	앞	thẳng	똑바로
sau	뒤	phía đông	동쪽
trên	위	phía tây	서쪽
dưới	아래	phía nam	남쪽
ngoài/bên ngoài	밖	phía bắc	북쪽
trong/bên trong	안	góc đường	모퉁이
bên trái	왼쪽	vòng xoay/bùng binh	로터리
bên phải	오른쪽	ngã ba	삼거리
bên cạnh	옆	ngã tư	사거리
bên dưới	밑	ngã năm	오거리
bên kia	건너편	ngã sáu	육거리
đối diện	맞은편, 상대편	ngã bảy	칠거리

동물을 가리키는 말(Từ ngữ chỉ động vật)

chó	개	dơi	박쥐
mèo	고양이	bướm	나비
gà	닭	ong	꿀벌
vịt	오리	nhện	거미
trâu	물소	ruồi	파리
bò	소	muỗi	모기
heo/lợn	돼지	kiến	개미
voi	코끼리	ốc	달팽이
ngựa	말	cá	물고기
hổ/cọp	호랑이	cá sấu	악어
sư tử	사자	cá hồi	연어
gấu	곰	cá ngừ	참치
hà mã	하마	bạch tuộc	문어, 낙지
khỉ	원숭이	mực	오징어
thỏ	토끼	sò	조개
rùa	거북	tôm	새우
cừu	양	tôm hùm	대하, 바닷가재, 왕새우
dê	염소	cua	게
rắn	뱀	ếch	개구리
lươn	뱀장어	khủng long	공룡
chuột	쥐	rồng	용
chim	새		

욕실용품을 가리키는 말(Từ ngữ chỉ đồ dùng trong phòng tắm)

bồn rửa mặt/lavabô	세면대	sữa tắm	샤워겔
chậu rửa mặt	세수대야	lược	빗
sữa rửa mặt	폼 클린징	gương/kính	거울
bồn tắm	욕조	mắc áo	옷걸이
vòi sen	샤워기	máy giặt	세탁기
khăn	수건, 타월	bồn cầu	변기
khăn tắm	목욕용 타월	giấy vệ sinh	화장지
xà phòng, xà bông	비누	băng vệ sinh	생리대
xà bông thơm	향비누	chất tẩy rửa	세제, 락스
xà bông bột	가루 비누, 세제	bàn chải	솔
dầu gội đầu	샴푸	bàn chải đánh răng	칫솔
dầu xả	린스	kem đánh răng	치약

가정용품을 가리키는 말(Từ ngữ chỉ đồ dùng trong gia đình)

đồ điện tử	전자제품	giường	침대
truyền hình/ti vi	텔레비전	nệm/đệm	매트리스
radio/đài	라디오	ra trải giường	이불
tủ lạnh	냉장고	mền/chăn	담요
máy lạnh	에어컨	chăn điện	전기담요
quạt máy	선풍기	gối	베개
quạt sưởi	온풍기	thùng rác	휴지통, 쓰레기통
máy giặt	세탁기	gương/tấm kính	거울
máy hút bụi	청소기	bức tranh	그림
máy cạo râu	면도기	bật lửa/hộp quẹt	라이터
máy vi tính	컴퓨터	bình thủy	보온병, 온수병
(máy) điện thoại	전화기	bình sữa	젖병
bàn ủi/bàn là	다리미	yếm	턱받이
tủ quần áo	옷장	đồ chơi	장난감
bàn	탁자	xe đẩy(trẻ em)	유모차
ghế	의자	phấn (trẻ em)	파운더

부엌용품을 가리키는 말(Từ ngữ chỉ đồ dùng trong bếp)

tủ lạnh	냉장고	muỗng	숟가락
nồi cơm điện	전기밥솥	vá múc canh/muôi	국자
lò vi ba/lò vi sóng	전자 레인지	vá xới(bới) cơm	주걱
bếp ga	가스 레인지	nĩa	포크
kệ bếp	싱크대	kéo	가위
máy rửa bát đĩa	식기 세척기	dao	칼
miếng rửa bát	수세미	thớt	도마
găng tay cao su	고무장갑	bao tay	장갑
tạp dề	앞치마	tạp dề	앞치마
khăn lau	행주	rổ, rá	바구니
giẻ lau/nùi giẻ	걸레	chậu/thau	물동이
đồ mở chai	병따개	thùng rác	휴지통, 쓰레기통
máy xay sinh tố	믹서기	đường	설탕
ấm nước	주전자	muối	소금
hộp cơm/gà mèn/cà mên	도시락	tiêu	후추
nồi	냄비	nước	물
chảo	프라이팬	dầu ăn	식용유
chén/bát	사발, 그릇	nước mắm	어육 소스
tô	탕기, 큰 그릇	nước tương	간장
đóa/dóa	접시	tăm	이쑤시개
đũa	젓가락		

사무실용품을 가리키는 말(Từ ngữ chỉ đồ dùng văn phòng)

máy vi tính	컴퓨터	bút bảng trắng	마커 펜, 마직 펜
điện thoại	전화	giấy	종이
điện thoại di động	휴대폰	báo	신문
bút	펜	tạp chí	잡지
bút máy	만년필	từ điển	사전
bút bi	볼펜	sách	책
bút chì	연필	vở	공책
cục tẩy/đồ bôi bảng	지우개	sổ tay	수첩
bàn	책상	lịch	달력
ghế	의자	lịch bàn	책상 달력
bảng	칠판	bản đồ	지도
bảng trắng	희고 매끄러운 칠판		

의복을 가리키는 말(Từ ngữ chỉ trang phục)

áo sơ mi	셔츠, 와이셔츠	váy	치마
áo thun	티 셔츠	giày dép	신발
áo dài	아오자이	giày da	구두
áo ngủ	잠옷	giày thể thao	운동화
áo tắm, đồ bơi	수영복	dép	슬리퍼, 실내화
áo ấm	스웨터	tất/vớ	양말
khăn quấn cổ	목도리, 머플러	vớ da	스타킹
cà vạt	넥타이	khăn	수건
quần	바지	khăn tay	손수건
quần bò/quần jean	청바지	mũ/nón	모자
quần đùi	반바지	dù/ô	우산, 양산

음식을 가리키는 말(Từ ngữ chỉ món ăn)

chả giò	스프링 롤	cơm	밥
gỏi cuốn	신선한 스프링 롤	cơm chiên	볶음밥
bánh xèo	팬케이크	món kho	조림
bánh Trung thu	추석 케이크	món nướng	구이
bánh mì	빵	món chiên/món rán	튀김
bánh mì ba get	바게뜨방	món xào	볶음
bánh mì kẹp thịt	샌드위치	mắm	젓갈/젓
hăm bơ gơ	햄버거	mắm tôm	새우젓
lẩu	찌개	thực đơn	메뉴, 식단표
canh	국, 탕, 수프		

과일을 가리키는 말(Từ ngữ chỉ trái cây)

táo	사과	chôm chôm	램부탄(rambutan)
lê	배	sầu riêng	두리안(durian)
chuối	바나나(banana)	mít	잭프루트(jackfruit)
quýt	귤	xoài	망고(mango)
cam	오렌지(orange)	đu đủ	파파야(papaya)
chanh	레몬(lemon)	ổi	과바(guava)
hồng	감	lựu	석류
bưởi	자몽	măng cụt	망고스틴(mangosteen)
dưa hấu	수박	thơm/khóm/dứa	파인애플(pineapple)
đào	복숭아		

맛을 가리키는 말(Từ ngữ chỉ các vị)

đắng	쓰다	mặn	짜다
cay	맵다	nhạt/lạt	싱겁다
chua	시다	chát	떫다
ngọt	달다	bùi	고소하다

의학을 가리키는 말(Từ ngữ y học)

bệnh	병	bị mất ngủ	불면증에 걸리다
bị bệnh	병에 걸리다	tiêu chảy	설사
bệnh tật	질병	bị tiêu chảy	설사하다
bệnh nặng	중병	bệnh cảm	감기
bị bệnh nặng	중병에 걸리다	bị cảm	감기에 걸리다
bệnh tim	심장병	(bệnh) cảm cúm/ cúm	독감
bệnh thần kinh	정신병	bệnh ho gà	결핵
bệnh động kinh	간질	bệnh ho	기침
bệnh tiểu đường	당뇨병	(bị) ho	기침하다
bệnh về da	피부병	sốt	열(이) 나다
bệnh đau dạ dày/bệnh đau bao tử		(chứng) đau đầu	두통
	위병	(bị)đau đầu/ nhức đầu	머리가 아프다
bệnh viêm gan	간염	mệt mỏi/uể oải	몸살(이) 나다
bệnh viêm khớp	관절염	tức sữa	젖몸살
bệnh ung thư	암	đau vú do tức sữa	젖몸살을 앓다
bị bệnh ung thư	암에 걸리다	đầy hơi/no hơi/đầy bụng	소화가 안 되다
cao huyết áp	고혈압	nôn/ói/mửa	토하다, 게우다
chứng cao huyết áp	고혈압증	buồn nôn	토할 것 같다
(chứng) táo bón	변비	bị bỏng	화상을 입다
bị táo bón	변비에 걸리다	bị đứt	베이다
chứng mất ngủ	불면증	bị thương	상처를 입다

vết thương	상처	thuốc	약
đau	아프다	tiệm thuốc/hiệu thuốc	약국, 약방
mang thai	임신하다	thuốc nước	물약
nhóm máu	혈액형	thuốc viên	알약
nhiệt độ cơ thể	체온	viên con nhộng	정제
bệnh viện	병원	thuốc kháng sinh	항생제
nhập viện	입원(하다)	thuốc ngủ	수면제
xuất viện	퇴원(하다)	thuốc cảm	감기약
bệnh nhân	환자, 병자	thuốc hạ sốt	해열제
bác sĩ	의사	thuốc nhức đầu/thuốc đau đầu	두통약
y tá	간호사	thuốc trợ tim	강심제
mắc bệnh/bị bệnh	병에 걸리다	thuốc bổ	보약
khám bệnh	진찰하다	thuốc giảm đau	진통제
được khám bệnh	진찰을 받다	thuốc tiêu/thuốc trợ giúp tiêu hóa	
toa thuốc/đơn thuốc	처방전		소화제
kê toa/kê đơn	처방하다	thuốc (chữa) tiêu chảy	설사약
tiêm thuốc/chích thuốc	주사하다	thuốc (chữa) táo bón	변비약
được tiêm/được chích	주사를 맞다	thuốc (chữa đau) dạ dày	위장약
tiêm ngừa	예방 주사(를 맞다)	thuốc tránh thai	피임약
chữa trị/chữa bệnh	치료하다	vitamin	비타민
được chữa trị	치료를 받다	bôi thuốc	약을 바르다
hết bệnh/khỏi bệnh	병이 낫다	uống thuốc	약을 먹다, 복용하다
hết cảm	감기가 낫다	ngày uống ba lần	하루에 세번 복용하다
tự khỏi/tự hết	저절로 낫다	uống sau khi ăn	식후 복용하다
phẫu thuật/mổ	수술하다	uống trước khi ăn	식전 복용하다
được phẫu thuật/ được mổ	수술을 받다	tác dụng phụ	부작용

분류사(Loại từ)

bánh/miếng	모(두부)	hộp	상자
bát	그릇	kí lô gram	킬로그램
bó	단(야채)	kí lô mét	킬로미터
bộ	벌(옷)	lần	(한)번
bông	송이	lít	리터
bữa	끼(식사)	mét	미터
bức	통(편지)	nải	다발(바나나)
cái	개(물건, 물품), 대(기계)	ngôi/căn	채(집)
căn/gian	칸(방)	người	명, 사람
cặp	쌍	quả/trái	개(과일), 통(수박)
cây	자루(펜, 빗자루) 그루(나무), 포기(야채, 풀)	quyển/cuốn	권
		rổ/làn	바구니
chai	병	số	(일)번, 번지, 호
chén	사발	tách/ly	잔
chiếc	대(비행기, 배, 차, 오토바이)	tầng	층
chùm	송이(포도)	thẻ	장(카드)
con	마리	thùng	박스
cốc	컵	tiếng	시간
cuộc/cú	통(전화)	toa	칸(기차)
đĩa	접시	tờ/tấm	장(종이)
đóa	다발	túi	봉지
đôi	켤레, 쌍	tuổi	살, 세
gói	갑(담배)	vỉ	판(계란)
gram	그램	vị	분

자주 사용하는 전치사(Các giới từ thông dụng)

lúc	(시간)에		dưới	아래, 밑
ở	(장소)에, 에서		trong	안
bằng	(수단, 공구)로/으로		ngoài	밖
về	에 대해서		khoảng	쯤, 약
trên	위		với	와/과, 하고, (이)랑

자주 사용하는 동사(Các động từ thông dụng)

1. đi	가다		20. sống	살다
2. đến	오다		21. chết	죽다
3. về/trở lại/trở về	돌아가다, 돌아오다		22. cắt	베다, 자르다
4. đứng	서다		23. tỉa	치다, 깎아 다듬다
5. ngồi	앉다		24. nhuộm	염색하다
6. nằm	눕다		25. gội	(머리를)감다
7. ngủ	자다		26. chải/đánh	(이를)닦다
8. mua	사다		27. cho	주다
9. bán	팔다		28. nhận	받다
10. nghe	듣다		29. gửi	보내다, 부치다
11. nói	말하다		30. tiễn	배웅하다
12. đọc	읽다		31. đón	마중하다
13. viết	쓰다		32. mang	가지다
14. dịch	번역하다, 통역하다		33. mở	열다
15. làm (việc)	(일)하다		34. đóng/khép	닫다
16. bắt đầu	시작하다		35. đẩy	밀다
17. kết thúc	끝나다, 끝내다		36. kéo	당기다
18. ăn	먹다		37. khoá	잠그다
19. uống	마시다		38. kiểm tra	검사하다

39. trả	내다, 돌리다	69. hỏi	묻다, 질문하다
40. mời	초청하다, 초대하다	70. trả lời	답하다, 대답하다
41. gặp	만나다	71. nghĩ	생각하다
42. biết	알다	72. gọi	부르다
43. hiểu	이해하다	73. là	이다
44. chạy	달리다	74. thăm	방문하다
45. nhảy	뛰다	75. tham quan	관광하다
46. xem	보다	76. du lịch	여행하다
47. cầm	들다	77. tắm	목욕하다
48. thấy	느끼다	78. rửa	씻다
49. điền	채우다	79. bơi	헤엄치다, 수영하다
50. chọn	고르다	80. nối	잇다, 연접하다
51. đổi	바꾸다	81. kết nối	연결하다, 접속하다
52. yêu	사랑하다	82. tiếp tục	계속하다
53. ghét	싫어하다, 미워하다	83. hoàn thành	완성하다, 마무르다
54. muốn	원하다	84. làm	만들다
55. thích	좋아하다	85. sản xuất	생산하다
56. nhớ	기억하다	86. quan sát	관찰하다
57. quên	잊다	87. quyết định	결정하다
58. khóc	울다	88. khuyên	충고하다, 권하다
59. cười	웃다	89. đoán	추측하다, 추정하다
60. kết hôn	결혼하다	90. nhầm	잘못 알다, 착각하다
61. ly hôn	이혼하다	91. dặn	상기시키다, 생각나게 하다
62. mong	바라다	92. thông báo	통보하다, 알리다
63. chúc	축하하다	93. vâng lời	말을 듣다
64. hy vọng	희망하다	94. đồng ý	동의하다
65. cần	필요하다	95. đùa, trêu	장난치다, 농담하다
66. phạt	벌하다	96. hát	노래하다
67. bắt	붙들다, 붙잡다	97. nhảy	(춤을) 추다
68. học	공부하다, 배우다	98. kể	이야기하다

99. đào	파다	101. lọc	거르다, 여과하다
100. trồng	심다		

자주 사용하는 형용사(Các tính từ thông dụng)

1. hạnh phúc	행복하다	25. khát	(목이) 마르다
2. vui	기쁘다, 즐겁다	26. nhanh	빠르다
3. buồn	슬프다	27. chậm	느리다
4. bận	바쁘다	28. mập/béo	뚱뚱하다, 살찌다
5. rảnh	한가하다	29. ốm/gầy	마르다
6. mệt	피곤하다, 힘들다	30. quan trọng	중요하다
7. khoẻ	건강하다, 힘세다	31. yên tĩnh	조용하다, 고요하다
8. mạnh	강하다	32. ồn ào	시끄럽다
9. yếu	약하다	33. ngon	맛있다
10. sớm	이르다	34. dở	맛없다
11. trễ	늦다	35. tiện lợi	편리하다
12. già	늙다	36. bất tiện	불편하다
13. trẻ	젊다	37. thoải mái	편하다
14. mới	새롭다	38. xa	멀다
15. cũ	낡다, 오래되다	39. gần	가깝다
16. giàu	부유하다, 부자의	40. sạch	깨끗하다
17. nghèo	가난하다	41. dơ	더럽다
18. đẹp	예쁘다, 아름답다	42. may mắn	행운의, 운 좋은
19. xấu	못 생기다	43. nguy hiểm	위험하다
20. ngu	어리석다, 바보 같다	44. an toàn	안전하다
21. thông minh	총명하다, 똑똑하다	45. cẩn thận	조심스럽다, 주의 깊다
22. chăm chỉ	부지런하다, 근면하다	46. dễ	쉽다
23. lười biếng	게으르다	47. khó	어렵다
24. đói	(배가) 고프다	48. giống	같다, 닮다

49. khác	다르다		77. thú vị	재미있다
50. cao	키가 크다		78. tuyệt vời	훌륭하다, 놀란만하다
51. thấp/lùn	키가 작다		79. chắc chắn	확실하다
52. cao	높다		80. càu nhàu	툴툴대다, 불평하다
53. thấp	낮다		81. thành công	성공하다
54. dễ thương/đáng yêu	귀엽다/사랑스럽다		82. thất bại	실패하다
55. truyền thống	전통적이다		83. công bằng	공평하다
56. thời trang	유행의		84. bình đẳng	평등하다
57. lịch sự	예의 바르다, 공손하다		85. đúng, phải	맞다
58. trang nhã	우아하다		86. sai	틀리다
59. hiền lành	착하다		87. bền	튼튼하다
60. tốt bụng	마음씨가 좋다		88. tử tế	친절하다
61. thật thà	성실하다, 진실하다		89. thân thiện	우호적이다, 친하다
62. giả dối	거짓되다		90. có lợi	이롭다
63. chung thủy	충성스럽다		91. có hại	해롭다
64. kiên nhẫn	인내하다, 인내심이 강하다		92. khủng khiếp	가공하다
65. dài	길다		93. ghê sợ	무섭다
66. ngắn	짧다		94. tự hào	자랑스럽다
67. mắc/đắt	비싸다		95. tôn kính	존경하다
68. rẻ	싸다		96. đơn giản	간단하다
69. sang trọng	호화스럽다, 고급의		97. phức tạp	복잡하다
70. bình dân/phổ biến	대중적이다, 통속의		98. ngây thơ	순진하다, 천진 난만하다
71. chật/hẹp	좁다		99. hiện đại	현대의, 현대식의
72. rộng	넓다		100. lạc hậu	낙후하다, 뒤지다
73. lớn	크다		101. lạc quan	낙관적
74. nhỏ	작다		102. bi quan	비관적
75. nhiều	많다		103. mắc cỡ/xấu hổ	부끄럽다, 창피스럽다
76. ít	적다		104. tự nhiên	자연의
			105. ngoan ngoãn	순종하다, 말 잘 듣다
			106. hiếu thảo	효순하다

107. khôn ngoan	슬기롭다	109. ổn định	안정하다
108. thu hút, hấp dẫn	매력적이다	110. phù hợp	부합하다, 적합하다

자주 사용하는 말(Các câu nói thông dụng)

Xin chào	안녕하세요	Xin mời vào	어서 오십시오
Cám ơn	감사합니다, 고맙습니다	Làm ơn	…. 해 주십시오
Xin lỗi	죄송합니다, 미안합니다	Hãy	…하세요
Tạm biệt	안녕히 가세요, 안녕히 계세요	Chúng ta hãy	…합시다/하자
Hẹn gặp lại	또 만나요	…đi/nhé	어라/아라/여라, 어/아/여

축하하는 말(Câu chúc mừng)

Chúc hạnh phúc	행복하세요	Chúc một ngày tốt lành	좋은 하루 되세요
Chúc sức khoẻ	건강하시기 바랍니다	Chúc cuối tuần vui vẻ	주말에 잘 지내세요
Chúc thượng lộ bình an		Chúc mừng năm mới	근하신년
	잘 가세요, 안녕히 가세요		

부록

PHỤ LỤC

1. 베트남어의 품사표(BẢNG TỪ LOẠI TRONG TIẾNG VIỆT)
2. 베트남 사람의 성씨(HỌ CỦA NGƯỜI VIỆT NAM)
3. 베트남의 성/시(CÁC TỈNH THÀNH Ở VIỆT NAM)
4. 베트남의 각 민족(CÁC DÂN TỘC Ở VIỆT NAM)

1 베트남어의 품사표
BẢNG TỪ LOẠI TRONG TIẾNG VIỆT

danh từ : 명사 (noun)

danh từ thường : 일반 명사

danh từ riêng : 고유 명사

loại từ : 분류사 (classifier)

đại từ : 대명사 (pronoun)

số từ : 수사 (numeral)

động từ : 동사 (verb), 동작종사

tính từ : 형용사 (adjective), 상태동사

phó từ : 부사 (adverb)

định từ : 관형사

giới từ : 전치사 (preposition)

trợ từ : 조사 (particle)

thán từ : 감탄사 (interjection)

liên từ : 접속사 (conjunction)

từ tượng thanh (từ láy) : 의성어 (onomatopoeia)

tiền tố : 접두사 (prefix)

hậu tố : 접미사 (suffix)

từ nghi vấn : 의문사 (interrogative word)

trợ động từ : 보조동사 (auxialiary verb)

Bùi(裵) 부이

Cao (高) 까오

Cầm(琴) 껌

Châu(周) 쩌우

Dương(楊) 즈엉

Đào(陶) 다오

Đinh(丁) 딩

Đoàn(段) 도안

Đỗ (杜) 도

Hà(河) 하

Hoàng(黃) 황 / Huỳnh 휭

Hồ(胡) 호

Hứa(許) 흐어

Lâm(林) 럼

Lê(黎) 레

Lư(盧) 르

Lương(梁) 르엉

Lưu(劉) 르우

Lý(李) 리

Mã(馬) 마

Mai(梅) 마이

Nghiêm(嚴) 응이엠

Ngơ(吳) 응오

Nguyễn(阮) 응웬

Phạm(范) 팜

Phan(潘) 판

Tạ(謝) 따

Thạch(石) 타익

Thái(蔡) 타이

Thôi(崔) 토이

Tô(蘇) 또

Tôn(孫) 똔

Trần(陳) 쩐

Triệu(趙) 찌에우

Trịnh(鄭) 찡

Trương(張) 쯔엉

Từ(徐) 뜨

Văn(文) 반

Vũ(武) 부 / Võ 보

Vương(王) 브엉

베트남 사람의 성씨 중에는 가장 많은 씨는 **Nguyễn(阮)**, 그 다음은 **Lê(黎)**이다.

베트남의 성/시
CÁC TỈNH THÀNH Ở VIỆT NAM

베트남에는 63개 성/시가 있다. 그 중에는 호치민시, 하노이, 다낭 3개 도시는 정부에서 직접 관리하는 도시다.

성/시 Tỉnh –thành phố	면적 Diện tích (km2)	인구 Số dân (1.000 người)	거리 (1) Khoảng cách (km)
1. An Giang	3406,2	2194,0	189
2. Bà Rịa – Vũng Tàu	1982,3	897,6	119
3. Bạc Liêu	2525,7	979,7	280
4. Bắc Cạn	4857,2	298,9	1881
5. Bắc Giang	3822,7	1581,5	1770
6. Bắc Ninh	807,6	998,4	1750
7. Bến Tre	2321,6	1351,5	85
8. Bình Dương	2695,6	915,2	30
9. Bình Định	6025,0	1556,7	687,8
10. Bình Phước	6857,3	795,9	104
11. Bình Thuận	7828,4	1150,6	188
12. Cà Mau	5201,5	1219,4	347
13. Cao Bằng	6690,7	514,6	2000
14. TP.Cần Thơ	1390,0	1135,2	169
15. TP.Đà Nẵng	1255,5	777,1	960
16. Đắc Lắc	13085,0	1710,8	355
17. Đắc Nông	6514,5	397,5	372
18. Điện Biên	9560,0	449,9	2223
19. Đồng Nai	5894,8	2193,4	40
20. Đồng Tháp	3246,1	1654,5	162
21. Gia Lai	15494,9	1114,6	541
22. Hà Giang	7884,3	673,4	2038
23. Hà Nam	852,2	822,7	1660
24. Hà Nội	921,0	3145,3	1719
25. Hà Tây	2192,1	2525,7	1730
26. Hà Tĩnh	6055,6	1300,9	1379
27. Hải Dương	1648,4	1711,4	1775
28. TP.Hải Phòng	1526,3	1792,7	1820

29. Hậu Giang	1608,0	790,8	169
30. Hoà Bình	4662,5	813,0	1795
31. TP.Hồ Chí Minh	2095,2	5891,1	0
32. Hưng Yên	923,1	1134,1	1781
33. Khánh Hoà	5198,2	1122,5	439
34. Kiên Giang	6268,2	1655,0	248
35. Kon Tum	9614,5	375,0	589
36. Lai Châu	9059,4	314,2	2241
37. Lạng Sơn	8305,2	739,3	1873
38. Lào Cai	6357,0	575,7	2073
39. Lâm đồng	9764,8	1161,0	292
40. Long An	4491,2	1412,7	47
41. Nam Định	1641,3	1961,1	1629
42. Nghệ An	16487,4	3042,0	1428
43. Ninh Bình	1383,7	918,5	1626
44. Ninh Thuận	3360,1	562,3	334
45. Phú Thọ	3519,6	1328,4	1885
46. Phú Yên	5045,3	861,1	560
47.Quảng Bình	8051,8	842,2	1231
48. Quảng Nam	10407,4	1463,3	898
49. Quảng Ngãi	5137,6	1269,1	835
50. Quảng Ninh	5899,6	1078,9	1872
51. Quảng Trị	4745,5	621,7	1139
52. Sóc Trăng	3223,3	1272,2	230
53. Sơn La	14055,0	988,5	2058
54. Tây Ninh	4029,6	1038,5	99
55. Thái Bình	1545,4	1860,6	1828
56. Thái Nguyên	3542,6	1109,0	1795
57. Thanh Hoá	11116,3	3677,0	1566
58. Thừa Thiên Huế	5054,0	1136,2	1065
59. Tiền Giang	2366,6	1700,9	70
60. Trà Vinh	2215,1	1028,3	202
61. Tuyên Quang	5868,0	726,8	1885
62. Vĩnh Long	1475,2	1055,2	135
63. Vĩnh Phúc	1371,4	1069,0	1767,6
64. Yên Bái	6882,9	731,8	1886,6

(1) 거리(호치민시에서)

(Theo số liệu thống kê năm 2007)

순번 STT	명칭 Tên gọi	인구 Dân số	거주지 Nơi cư trú
1	Kinh (Việt)	55.900.224	Tất cả các tỉnh và thành phố ở Việt Nam(모든 도시, 지방)
2	Tày	1.190.342	Cao Bằng, Lạng Sơn, Tuyên Quang, Hà Giang, Bắc Cạn, Thái Nguyên, Quảng Ninh, Yên Bái, Lào Cai, Bắc Giang.
3	Thái	1.040.549	Sơn La, Lai Châu, Thanh Hoá, Nghệ An, Hoà Bình, Yên Bái, Lào Cai.
4	Mường	914.596	Hoà Bình, Thanh Hoá, Phú Thọ, Hà Tây, Yên Bái, Sơn La.
5	Hoa (Hán)	900.185	TP.Hồ Chí Minh, đồng Nai, Cần Thơ, Sóc Trăng, An Giang, Bắc Giang, Hà Giang, Tuyên Quang, Quảng Ninh.
6	Khơ me	895.299	Sóc Trăng, Trà Vinh, Kiên Giang, An Giang, Vónh Long, Cần Thơ, Bạc Liêu, Cà Mau.
7	Nùng	705.709	Lạng Sơn, Cao Bằng, Bắc Cạn, Hà Giang, Bắc Giang, Tuyên Quang, Lào Cai, Thái Nguyên.
8	H' mông (Mèo)	558.053	Hà Giang, Lào Cai, Lai Châu, Sơn La, Yên Bái, Thanh Hoá, Hoà Bình, Nghệ An, Cao Bằng, Bắc Cạn, Thái Nguyên.
9	Dao	473.945	Tuyên Quang, Yên Bái, Lào Cai, Cao Bằng, bắc Cạn, Thái Nguyên, Lạng Sơn, Lai Châu, Sơn La.
10	Gia Rai	242.291	Gia Lai, Kon Tum, đắc Lắc.
11	ê đê	194.710	đắc Lắc, Phú Yên, Khánh Hoà.
12	Ba na	136.859	Kon Tum, Gia Lai, Bình Dương, Phú Yên, Khánh Hoà.
13	Sán Cháy (Cao Lan – Sán Chỉ)	114.012	Tuyên Quang, Hà Giang, Thái Nguyên, Bắc Cạn, Bắc Giang, Cao Bằng, Lào Cai, Lạng Sơn.
14	Chăm (Chàm)	98.971	Ninh Thuận, Bình Thuận, Phú Yên, An Giang, Tp.Hồ Chí Minh, đồng Nai, Tây Ninh.
15	Xơ đăng	96.766	Kon Tum, Quảng Nam, Quảng Ngãi.

순번 STT	명칭 Tên gọi	인구 Dân số	거주지 Nơi cư trú
16	Sán Dìu	94.630	Thái Nguyên, Bắc Cạn, Bắc Giang, Quảng Ninh, Vónh Phúc, Phú Thọ.
17	Hrê	94.259	Quảng Ngãi, Bình định
18	Cơ Ho	92.190	Lâm đồng, Ninh Thuận.
19	Ra Glai	71.696	Ninh Thuận, Bình Thuận, Phú Yên, Khánh Hoà, Lâm đồng.
20	Mơ Nông	67.340	đắc Lắc, Lâm đồng, Sông Bé.
21	Thổ	51.274	Nghệ An, Thanh Hoá.
22	Xtiêng	50.194	Bình Phước, Tây Ninh, đồng Nai.
23	Khơ Mú	42.853	NghệAn, Sơn La, Lai Châu, Lào Cai, Yên Bái, Hoà Bình.
24	Bru – Vân Kiều	40.132	Quảng Trị, Quảng Bình, Thừa Thiên Huế.
25	Giấy	37.964	Lào Cai, Lai Châu, Hà Giang.
26	Cơ Tu	36.967	Quảng Nam, Thừa Thiên Huế.
27	Giẻ – Triêng	26.924	Kon Tum, Quảng Nam.
28	Pa Cô – Ta ôi	26.044	Thừa Thiên Huế, Quảng Trị.
29	Mạ	25.436	Lâm đồng, đắc Lắc, đồng Nai.
30	Co	22.694	Quảng Ngãi, Quảng Nam.
31	Chơ Ro	15.022	đồng Nai.
32	Hà Nhì	12.489	Lai Châu, Lào Cai.
33	Xinh Mun	10.890	Sơn La, Lai Châu.
34	Chu Ru	10.746	Lâm đồng, Ninh Thuận.
35	Lào	9.614	Lai Châu, Sơn La.
36	La Chí	7.863	Hà Giang, Lào Cai.
37	Phú Lá	6.500	HàGiang, Lào Cai, Yên Bái, Lai Châu.
38	La Hủ	5.319	Lai Châu.
39	Kháng	3.821	Lai Châu, Sơn La.
40	Lự	3.684	Lai Châu.
41	Pa Thẻn	3.680	Hà Giang, Tuyên Quang.
42	Lô Lô	3.134	Cao Bằng, Hà Giang, Lạng Sơn.
43	Chứt	2.427	Quảng Bình, Hà Tónh.

순번 STT	명칭 Tên gọi	인구 Dân số	거주지 Nơi cư trú
44	Mảng	2.247	Lai Châu.
45	Ơ đu	1.994	Nghệ An.
46	Cơ Lao	1.473	Hà Giang.
47	Bố Y	1.420	Hà Giang, Lào Cai.
48	La Ha	1.400	Sơn La, Lào Cai.
49	Cống	1.261	Lai Châu.
50	Ngái	1.154	Bắc Giang, Cao Bằng, Lạng Sơn, Quảng Ninh.
51	Si La	594	Lai Châu.
52	Pu Péo	382	Hà Giang.
53	Rơ Măm	286	Gia Lai.
54	Brâu	231	Kon Tum.

해답

제1과 인사
Bài 1. Chào hỏi làm quen

I. 1. ông 2. cô ấy
3. của tôi 4. của tôi
5. rất 6. còn
7. đây

II. 1. 1 2. 5
3. 5 4. 9
5. 8

III. 1. tên, gì 2. vui, gặp
3. khỏe 4. không
5. lại

IV. 1. Chào em.
2. Chị tên là gì?
3. Anh tên là gì?
4. Anh có khỏe không?
5. Còn anh?

III. 1. người 2. quê
3. đâu 4. chợ
5. phải không

IV. 1. Xin lỗi, quê cô ở đâu?
2. Anh là người Hàn Quốc phải không?
3. Anh là người Hàn Quốc à?
4. Anh là người nước nào?
5. Quê tôi ở Huế.

V. 1. Quê tôi ở Incheon.
2. Vâng, tôi là người Việt.
   혹은 Không, tôi là người Hàn Quốc.
3. Vâng, em là sinh viên.
   혹은 Không, em là học sinh.
4. Vâng, quê tôi ở Seoul.
   혹은 Không, quê tôi ở Busan.
5. Vâng, ông ấy là người Nhật.
   혹은 Không, ông ấy là người Hàn Quốc.

제2과 국적, 고향
Bài 2. Quốc tịch, quê quán

I. 1. không phải 2. là
3. là 4. ạ
5. nào 6. gì
7. ở

II. 1. Hôm qua là thứ hai.
2. Hôm nay là thứ ba.
3. Ngày mai là thứ tư.
4. Trước thứ ba là thứ hai.
5. Sau thứ năm là thứ sáu.

제3과 직업, 직장
Bài 3. Nghề nghiệp, nơi làm việc

I. a. 1. Anh ấy tên là gì?
      Anh ấy tên là Hải.
   2. Anh Hải làm nghề gì?
      Anh Hải là kỹ sư.
   3. Anh Hải làm việc ở đâu?
      Anh Hải làm việc ở Công ty Samsung
b. 1. Cô ấy tên là gì?
      Cô ấy tên là Xuân.
   2. Cô Xuân làm nghề gì?

Cô Xuân là kế toán.

3. Cô Xuân làm việc ở đâu?
Cô Xuân làm việc ở Công ty FPT.

c. 1. Cô ấy tên là gì?
Cô ấy tên là Thu Hiền.

2. Cô Thu Hiền làm nghề gì?
Cô Thu Hiền là giảng viên.

3. Cô Thu Hiền dạy ở đâu?
Cô Thu Hiền dạy ở Trường Đại học Sunny.

d. 1. Cô ấy tên là gì?
Cô ấy tên là Thúy.

2. Cô Thúy làm nghề gì?
Cô Thúy là thư ký.

3. Cô Thúy làm việc ở đâu?
Cô Thúy làm việc ở Công ty Mỹ phẩm LG.

e. 1. Anh ấy tên là gì?
Anh ấy tên là Trung.

2. Anh Trung làm nghề gì?
Anh Trung là giám đốc.

3. Anh Trung làm việc ở đâu?
Anh Trung làm việc ở Công ty Bia Sài Gòn.

Ⅱ. 1. Chị là bác sĩ phải không?
2. Tôi không phải là bác sĩ, tôi là y tá.
3. Cô có biết anh ấy không?
4. Dạ, tôi có biết anh ấy.
5. Anh thấy tiếng Việt thế nào?
6. Tôi thấy tiếng Việt rất dễ.

Ⅲ. 1. giáo sư.　　2. ở
3. kiến trúc sư　4. công nhân
5. giám đốc

Ⅳ. 1. 7　　　　2. 1
3. 5　　　　4. 3
5. 2　　　　6. 6
7. 4

제**4**과　외국어 능력
Bài 4. Khả năng ngoại ngữ

Ⅰ. 1. đọc　　　　2. nghe
3. viết　　　　4. học
5. hiểu　　　　6. nói
7. ăn

Ⅱ. 1. e　　　　2. f
3. d　　　　4. c
5. a　　　　6. b

Ⅲ. 1. Tôi nói được tiếng Anh và một ít tiếng Việt.
2. Cô ấy không nói được tiếng Hàn Quốc và tiếng Anh.
3. Anh Woo Huyn nói tiếng Việt rất tốt.
4. Chị Linda không nói được tiếng Trung Quốc.
5. Cô Lan nói tiếng Hàn Quốc và tiếng Nhật rất giỏi.

Ⅳ. 1. Anh nói được tiếng Việt không?
2. Anh đã học tiếng Việt mấy năm?
3. Anh đã học tiếng Việt ở đâu?
4. Anh đến Việt Nam để làm gì?
5. Anh làm việc ở đâu?
6. Anh là bác sĩ phải không?

제5과 시간
Bài 5. Thời gian

I. 1. f 2. e
   3. d 4. g
   5. c 6. b
   7. a

II. 1. d 2. f
   3. e 4. a
   5. c 6. g
   7. b

III. 1. Hôm qua là thứ tư.
   2. Hôm nay là thứ năm.
   3. Ngày mai là thứ sáu.
   4. Tháng trước là tháng tám.
   5. Tháng này là tháng chín.
   6. Tháng sau là tháng mười.
   7. Năm trước là năm 2007.
   8. Năm nay là năm 2008.
   9. Năm sau là năm 2009.

IV. 1. Năm nay anh Nam 30 tuổi.
   2. Anh Nam làm việc ở Công ty Bia Sài Gòn.
   3. Anh Nam thường ăn sáng ở một quán phở gần công ty.
   4. Anh Nam làm việc 8 tiếng một ngày.
   5. Cuối tuần anh Nam thường đi uống cà phê và gặp bạn bè.

제6과 택시 부르기
Bài 6. Gọi tắc xi

I. 1. phút 2. tiếng
   3. giờ 4. dừng
   5. cây số

II. 1. trễ 2. sợ
   3. trái 4. phải
   5. thẳng

III. 1. sân bay, tiền 2. dừng lại, ở
   3. gần, cho 4. bắt đầu, mệt
   5. ở, ăn

IV. 1. Xin lỗi các ông muốn đi đâu ạ?
   2. Tôi đến đón anh lúc 7 giờ sáng mai nhé.
   3. Anh làm ơn đi nhanh nhanh, tôi trễ rồi.
   4. Từ nhà tôi đến công ty đi bằng tắc xi mất 30 phút.
   5. Cho tôi một tắc xi 4 chỗ đến số 22, đường Nguyễn Trãi, Quận 1.

제7과 식당에서
Bài 7. Ở nhà hàng

I. 1. ngon 2. xa
   3. chu đáo 4. nhiều
   5. đắt

II. 1. ở 2. lúc
   3. tại 4. cho
   5. với

Ⅲ. 1. không   2. Heineken
    3. mua   4. ăn
    5. gọi   6. uống, uống
    7. hút

Ⅳ. (1) mập   (2) thích
    (3) cá   (4) hải sản
    (5) rau   (6) thuốc lá
    (7) rượu   (8) uống

제8과 은행에서
Bài 8. Ở ngân hàng

Ⅰ. 1. cần   2. muốn
    3. đổi   4. đổi
    5. sang

Ⅱ. 1. ngân hàng, tiền
    2. ngân hàng, thẻ
    3. tài khoản
    4. tài khoản
    5. tiết kiệm

Ⅲ. a. năm trăm bảy mươi ba
    b. một ngàn hai trăm năm mươi ba
    c. sáu ngàn không trăm tám mươi
       bảy
    d. hai trăm ba mươi bốn ngàn tám
       trăm chín mươi
    e. một triệu hai trăm bốn mươi lăm
       ngàn không trăm chín mươi mốt
    f. năm mươi triệu năm trăm hai mươi
       mốt ngàn bốn trăm ba mươi chín
    g. ba mươi tám triệu sáu trăm bảy
       mươi tám nghìn chín trăm lẻ năm

Ⅳ. 1. 358   2. 9. 205
    3. 7.286   4. 4.386.000
    5. 10.826.600   6. 6.755.000
    7. 100.000.000.000

제9과 쇼핑하기
Bài 9. Mua sắm

Ⅰ. 1. đó   2. đó
    3. đây   4. đây
    5. đấy   6. kia

Ⅱ. 1. Đây là cái gì?
    2. Đó là ai?
    3. Kia là gì?
    4. Đấy là con gì?
    5. Đây là ai?

Ⅲ. 1. mới   2. nhỏ
    3. rẻ   4. ngắn
    5. gần

Ⅳ. 1. Chị Linh, chị thấy áo khoác mới
       của tôi thế nào?
    2. Ồ, đẹp lắm. Chị mua khi nào vậy?
    3. Tôi mua hôm qua.
    4. Chị mua ở đâu?
    5. Ở Diamond Plaza.
    6. Tôi mặc thử được không?
    7. Được chứ. Xin mời chị mặc thử.
    8. Ồ, cũng rất hợp với chị.
    9. Thế à, tôi cũng thấy vậy.
    10. Chị nên mua một cái.
    11. Tất nhiên, cuối tuần tôi sẽ đi mua.

제10과 시장에서
Bài 10. Ở chợ

Ⅰ. 1. muốn 2. bán
3. trả 4. mua
5. có

Ⅱ. 1. c 2. e
3. d 4. b
5. a

Ⅲ. 1. thịt gà 2. quần áo
3. mua 4. chật
5. siêu thị 6. cam
7. mua sắm

Ⅳ. 1. ở 2. vì
3. không 4. hút
5. không 6. nhỏ
7. rẻ

제11과 이발소와 미용실에서
Bài 11. Ở tiệm cắt tóc và gội đầu

Ⅰ. 1. ngắn 2. dài
3. gần 4. mát mẻ
5. tốt

Ⅱ. 1. một lần 2. cắt tóc, gội đầu
3. làm 4. tỉa bớt
5. này

Ⅲ. 1. tóc, đẹp
2. mắc, làm
3. son, lúc

4. mua, dài
5. xem, thẩm mỹ viện
6. uống, phụ nữ
7. nước ép, tiệc

Ⅳ. 1. Anh Jack là người Mỹ.
2. Anh Jack sống ở Việt Nam 8 năm rồi.
3. Một tháng anh Jack đến tiệm cắt tóc hai lần.
4. Anh Jack đến tiệm cắt tóc để cắt tóc, cạo râu, gội đầu và mát xa mặt.
5. Vì anh Jack nói tiếng Việt rất giỏi và rất tốt bụng.

제12과 병원에서
Bài 12. Ở bệnh viện

Ⅰ. 1. e 2. d
3. a 4. c
5. b

Ⅱ. 1. ít khi
2. đôi khi
3. thường thường
4. thường
5. luôn luôn

Ⅲ. 1. đau răng 2. viêm gan
3. viêm phổi 4. sổ mũi
5. tiêu chảy 6. nóng
7. ho

Ⅳ. 1. Cô Vân bị bệnh hai tuần rồi.
2. Ngày mai tôi sẽ đi bệnh viện.

3. Anh ấy bị sốt nhưng không bị ho.

4. Ông ấy mới uống hai viên thuốc cảm.

5. Tôi thấy đau đầu, chóng mặt quá.

6. Cô ấy bị bệnh nhưng không đi bệnh viện.

7. Tôi thường bị cảm khi tôi ngủ nhiều.

7. i   8. d

9. f   10. h

제13과 공항에서

Bài 13. Ở sân bay

I. 1. d   2. a

3. e   4. c

5. b

II. 1. Anh đến sân bay lâu chưa?

2. Anh mua vé hạng nào?

3. Bán cho tôi hai vé khứ hồi?

4. Tôi cần mua vé đi Hàn Quốc.

5. Xin lỗi ông, chúng tôi hết vé rồi.

III. 1. Tôi thấy sân bay Incheon rất hiện đại.

2. Tôi thấy sân bay Tân Sơn Nhất khá hiện đại.

3. Tôi thường đi du lịch bằng xe lửa.

4. Từ Hàn Quốc đến Việt Nam đi bằng máy bay mất 5 tiếng 30 phút.

5. Tôi chưa từng đi máy bay của Hàng không Việt Nam.

IV. 1. g   2. e

3. a   4. k

5. b   6. c

제14과 호텔에서

Bài 14. Ở khách sạn

I. 1. trả phòng

2. phòng đôi

3. không tiện nghi

4. đắt

5. lạnh

II. 1. trễ   2. mắc

3. nhỏ   4. lớn

5. đẹp

III. 1. Chào cô, tôi muốn thuê phòng.

2. Vâng, chào bà. Bà muốn thuê phòng loại nào ạ?

3. Tôi muốn thuê phòng đơn.

4. Bà muốn thuê mấy đêm ạ?

5. Ba đêm.

6. Vâng. Xin bà vui lòng cho tôi mượn hộ chiếu.

7. Hộ chiếu của tôi đây.

8. Cám ơn. Xin mời bà đi nhận phòng.

IV. 1. Chào bà, bà cần gì ạ?

2. Cô muốn thuê phòng loại nào ạ?

3. Ông muốn thuê mấy đêm ạ?

4. Khách sạn đó phục vụ thế nào?

5. Nhà hàng ở tầng mấy?

6. Anh sẽ trả phòng lúc mấy giờ?

7. Chị cần hóa đơn đỏ không?

제15과 회사에서
Bài 15. Ở công ty

I. 1. lúc   2. sẽ
   3. đã   4. đi
   5. đã

II. 1. Anh đi công tác bao lâu?
   2. Tôi đi công tác 2 ngày.
   3. Ngày nào anh đi?
   4. Ngày kia.
   5. Chúc anh thành công.

III. 1. Cuộc họp bắt đầu lúc mấy giờ?
   2. Tôi muốn gặp giám đốc Jung.
   3. Anh đã làm xong báo cáo tổng kết chưa?
   4. Tuần sau tôi sẽ đi công tác ở Đà Nẵng.
   5. Ngày mai chủ tịch sẽ đi thăm nhà máy.
   6. Đây là sản phẩm mới nhất của công ty tôi.
   7. Xin mời ông đọc lại hợp đồng.

IV. 1. e   2. g
   3. f   4. c
   5. b   6. d
   7. a

제16과 집 찾고 임대하기
Bài 16. Tìm và thuê nhà

I. 1. thích sống ở chung cư
   2. năm năm rồi
   3. sang Phú Mỹ Hưng
   4. ở Quận 1
   5. khá đắt

II. 1. Tôi thích sống ở nhà riêng.
   2. Tôi đã sống ở Việt Nam sáu năm rồi.
   3. Trước đây tôi sống ở chung cư.
   4. Từ nhà tôi đến công ty rất xa.
   5. Nơi tôi ở an ninh rất tốt.

III. 1. tủ, rẻ
   2. bàn, thuê
   3. chung cư, ở
   4. chủ nhà, xây
   5. người thuê, bếp
   6. nhỏ, bán

IV. 1. Chào bà, tôi muốn thuê nhà.
   2. Bà là chủ nhà phải không?
   3. Thưa bà, nhà này xây bao lâu rồi?
   4. Nhà này bà cho thuê bao nhiêu một tháng?
   5. Xin lỗi, cô sẽ thuê bao lâu?
   6. Tôi sẽ thuê khoảng một năm.
   7. Bà chuẩn bị hợp đồng nhé.